एआय-रूपे

('कृत्रिम बुद्धिमत्ते'ची विविध क्षेत्रातील रूपे)

डॉ. योगेश हरिभाऊ कुलकर्णी

एआय-रूपे

('कृत्रिम बुद्धिमत्ते'ची 'विविध क्षेत्रातील रूपे)

लेखक: डॉ. योगेश हरिभाऊ कुलकर्णी

प्रकाशक: डॉ. योगेश हरिभाऊ कुलकर्णी (self-published at Notion Press)
पत्ता: पाषाण , पुणे ८
फोन: +91 9890251406
ईमेल: yogeshkulkarni@yahoo.com

प्रथम आवृत्ती: २०२५

ISBN-13 : 979-8899613739

मुक्त-स्रोत ('ओपन-सोर्स') चळवळीस समर्पित

पुनर्मुद्रणाविषयी

या पुस्तकातील लेख विविध ठिकाणी अगोदरच प्रकाशित झालेले आहेत . येथे थोड्याफार प्रमाणात संपादन करून केवळ संकलित करण्यात आलेले आहेत. यातील बरेचसे लेख 'मिडीयम' या संकेत स्थळातील 'देसी स्टॅक' या प्रकाशनात पण उपलब्ध आहेत.

सविस्तर माहिती खालील प्रमाणे:

- लेख १: 'कृत्रिम बुद्धिमत्ता म्हणजे काय?', महाराष्ट्र टाइम्स, १ मार्च २०१९

- लेख २: 'यंत्र बुद्धिमत्ता म्हणजे काय?', लिंक्डीन, ३ मे २०२०

- लेख ३ - १४: दै. सकाळ, सदर 'तिसरा मेंदू', जाने-मार्च २०२५

- लेख १५ - २२: दै. सकाळ, सदर 'भाष्य' व 'विज्ञानवार्ता', २०२३-२४.

- लेख २३: नवीन लेख , या पुस्तकनिमित्त.

शीर्षकाविषयी

"एआय-रूपे" या शीर्षकात 'रूपे' शब्दाचे तीन अर्थ सूचित होतात. एक म्हणजे 'रूप' चे बहुवचन. एआय (AI, आर्टिफिशिअल इंटेलिजन्स, कृत्रिम बुद्धिमत्ता) ची अनेक रूपे. दुसरा अर्थ त्याचे प्रकट होणे, जसे "— रूपे प्रकट झाले", विविध क्षेत्रांत प्रकट होणे. तिसरा अर्थ 'रूप' शब्दाची सप्तमी विभक्ती, म्हणजे 'रूपामध्ये'. हे शीर्षक एआयमध्ये काय दडले आहे याचा उहापोहसुद्धा या पुस्तकात आहे हे सुचवत आहे .

अनुक्रमणिका

'एआय' म्हणजे काय?

1

'कृत्रिम बुद्धिमत्ता' म्हणजे काय?

२०११ची अमेरिकेतील 'जेपर्डी' नावाची प्रश्नमंजुषा स्पर्धा खरीच अनोखी होती. त्यात भाग घेणाऱ्या ३ स्पर्धकांपैकी एक 'व्यक्ती' जरा वेगळी होती. आश्चर्याची गोष्ट म्हणजे त्याच 'व्यक्ती' ने ही मानाची आणि मोठ्या पुरस्काराची स्पर्धा जिंकली. तसे पाहता, बाकीचे दोघे खेळाडू काही लेचेपेचे नव्हते. त्यातील एकाची एकामागून एक ७२ वेळा अपराजित राहण्याची अखंडित परंपरा होती, तर दुसऱ्याने आतापर्यंतचे सगळ्यात मोठे बक्षीस कमावले होते. पण या दोघा दिग्गजांना हरवणाऱ्या 'व्यक्ती'चे वेगळेपण म्हणजे, ती कोणी मानव नसून, ती एक संगणक प्रणाली (आज्ञावली, प्रोग्रॅम) होती. आय-बी-एम वॉटसन नावाच्या या प्रणालीने मानवाचा त्याच्याच स्पर्धेत पराभव केला होता!! या घटनेने संगणकात वापरल्या जाणाऱ्या अशा बुद्धिमान प्रणालीला, म्हणजेच त्यामागील 'एआय' ('आर्टिफिशियल इंटेलिजन्स') या विषयाला खऱ्या अर्थाने प्रकाशझोतात आणले.

एखादे काम करताना मानवाला जिथे विशेष बुद्धीची गरज पडते, तेच काम जर संगणक प्रणाली करू लागली तर त्याला 'कृत्रिम बुद्धिमत्ता' ('आर्टिफिशियल इंटेलिजन्स', एआय) असे म्हणता येईल. एक्स-रे सारखे स्कॅन पाहून रोगनिदान करणे, भाषांतर करणे, अनेक आर्थिक व्यवहारातून गडबड (फ्रॉड) शोधणे, तसेच बुद्धिबळ खेळणे, यासारख्या गोष्टी काही सोप्या नाहीत. त्यासाठी उत्तम बुद्धिमत्ता लागते. हीच कामे आता एआय-संगणक प्रणाल्या करू लागल्या आहेत आणि म्हणूनच या विषयाचे अप्रूप कुतूहल सर्वांना वाटायला लागले आहे. मग नक्की हे एआय प्रकरण काय आहे? एआय कसं काम करतं? त्यामागे काही अनाकलनीय, गूढ गोष्ट आहे का? याची उत्सुकता जनमानसात निर्माण झाल्याचे जाणवते. त्याच्या निरसनासाठी हा लेखप्रपंच.

एआय हा विषय खरंतर तसा जुनाच. अगदी १९५०च्या दशकापासून सुरू झालेला. पण प्रामुख्याने संशोधन क्षेत्रापुरता मर्यादित राहिलेला. पूर्वी त्याला तज्ज्ञ-प्रणाली (एक्स्पर्ट सिस्टिम्स) असेही म्हणत. त्या प्रणालीही थोड्या प्रमाणात मानवी बुद्धीप्रमाणे काम करीत असत. त्या प्रणाली ह्या विविध नियम वापरून (रूल-बेस्ड) बनलेल्या होत्या. समजा, 'उद्या पाऊस पडेल का' असे सांगणारी प्रणाली बनवायची असेल तर हवामानतज्ज्ञ अनेक गोष्टींचा विचार करून, कोण-कोणत्या गोष्टी पाऊस पडणे ठरवू शकतात आणि त्यांचा किती प्रमाणात प्रभाव असतो, याचे संशोधन करीत, समीकरणे मांडत आणि

त्याची आज्ञावली बनत असे. ढोबळमानाने अशाप्रकारे इतर कोणत्याही विषयातील तज्ज्ञ-प्रणाली बनवण्याची पद्धत होती. पण काळ बदलला आणि पावसाचे भविष्य वर्तवण्यासारख्या प्रणाली अधिक गुंतागुंतीच्या होऊ लागल्या. सोपी समीकरणे बरोबर उत्तर देईनाशी झाली. त्याच सुमारास मोठ्या प्रमाणात संगणकीय क्षमताही वाढत होत्या. कोणत्या परिस्थितीत, म्हणजेच तापमान, आर्द्रता, वाऱ्याचा वेग, इत्यादींच्या कोणत्या मापांना, संख्यांना किती पाऊस पडतो याच्या अनेक नोंदी, म्हणजेच माहिती (डेटा) तयार होऊ लागली. संशोधनाने समीकरणे शोधण्यापेक्षा ह्या नोंदींचाच वापर करून आपल्याला एखादी प्रगत प्रणाली बनवता येईल का या विचारात, सध्या प्रचलित असलेल्या एआय प्रणालींचा उगम झाला असे म्हणावे लागेल. त्याला लागणारी संगणकीय क्षमताही आता उपलब्ध आणि आवाक्यात आली होती. अशा, पूर्व माहितीवर (पास्ट डेटा) आधारित प्रणालींना 'यांत्रिक बुद्धिमत्ता' ('मशीन लर्निंग', एम-एल) असे म्हणतात. तो एआयचाच एक भाग आहे, कारण त्याच्याकडूनही, मानवी बुद्धीप्रमाणे काम होते, तसे काम केले जाऊ शकते. अशा एआयचे अनेक आविष्कार आता आपल्याला नेहमीच्या जीवनात सुद्धा पाहायला मिळू लागले आहेत.

काही इमेल प्रणाली 'एखाद्या संदेशाला काय उत्तर द्यायचे' हे आता आपोआप सुचवू लागल्या आहेत. हे काही सोपे काम नाही. कारण उत्तर देण्यासाठी तुम्हाला तो संदेश वाचावा लागतो आणि मग विचार करून उत्तर ठरवावे लागते. हे एआय कसे करीत असेल? त्याच्याकडे उत्तर देण्याची बुद्धिमत्ता कशी येते? ढोबळमानाने सांगायचे झाले तर, एआय-प्रणाली हे करण्यासाठी तुम्हाला पूर्वी आलेले संदेश आणि त्याला तुम्ही पाठवलेली उत्तरे बघते. कशा प्रकारच्या संदेशांना कशा प्रकारची उत्तरे दिली गेली आहेत हे पाहून आकृतिबंध, आराखडे (पॅटर्न्स) बनवले जातात आणि मग, एखादा नवा संदेश आला की, बनवलेल्या आराखड्यानुसार साजेसे उत्तर सुचवले जाते.

अशाच प्रकारची प्रणाली मोबाईलमध्ये आपण टाईप करीत असताना आपल्याला दिसते. आपण जसे टाईप करीत जातो, तसे मोबाईल पुढचा शब्द सुचवत जातो. तो सुचवलेला शब्द पूर्वी बऱ्याच वेळेला तुम्ही आता टाईप करीत असलेल्या शब्दाच्या पुढे वापरलेला असतो. त्यामुळे तो सुचवला जातो.

वाचताना हे सोपे वाटत असले तरी त्याच्या मागे अनेक गणितीय संकल्पनांचा व त्यातील तंत्रांचा, जसे की संभाव्यता, सांख्यिकी, कॅल्क्युलस, इत्यादी विषयांचा वापर, पूर्व माहितीमधून पॅटर्न्स शोधण्यासाठी केला जातो. यावरून एक गोष्ट निश्चित लक्षात येते की, एआय प्रणाली तयार करण्यासाठी पूर्व माहितीची नितांत आवश्यकता असते. त्यातूनच तो पूर्वी वारंवार वापरले गेलेले पॅटर्न्स शोधत असतो. ही पूर्व माहितीची गरज, या प्रणालीची, तंत्राची, मर्यादा सुद्धा आहे. जर तुमच्याकडे तशी माहिती नसेल तर ढोबळमानाने म्हणता येईल की तुम्हाला एआय तंत्र लौकिक अर्थाने वापरता येणार नाही. म्हणजेच एखादी गोष्ट संगणक वाचू शकेल अशा स्वरूपात नसेल तर ती माहिती म्हणून साठवली जाऊ शकणार नाही व त्याचा एआयसाठी उपयोग पण करता येणार नाही. जसे की, आपल्या मनात चालणारे विचार जोपर्यंत आपण स्वतः संगणकात टाईप करीत नाही तोपर्यंत त्याचा काही उपयोग नाही. संगणकात माहिती अंक स्वरूपात रूपांतरित केल्यावरच एआय काम करू शकते. म्हणूनच एआयसाठी 'कृत्रिम बुद्धिमत्ता' या कृत्रिम प्रति शब्दापेक्षा 'अंक-ज बुद्धी' (अंकांमधून जन्मलेली बुद्धी) हा शब्द संयुक्तिक वाटतो.

नजीकच्या काळात सर्वव्यापी अंतरजालामुळे (इंटरनेट), उपकरणांमध्ये बसवलेल्या संवेदकांमुळे (सेन्सर्स) खूप माहिती उपलब्ध व्हायला लागली आहे. इतकी की तुम्ही ठरवलं की ही माहिती पाहून एक एआय प्रणाली बनवावी, तर ती तुमच्या संगणकात पण मावणार पण नाही इतकी. अशा माहितीच्या महापुराला बृहत माहिती (बिग डेटा)असेही म्हणतात. अशाप्रकारे खूप माहिती मिळत असल्याने, संगणक अतिशय वेगवान झाल्याने, इंटरनेटवर माहिती ठेवायला जागा मिळत असल्याने आणि नवनवीन संगणक प्रणालींमुळे एआय वापरणे आता शक्य झाले आहे. यासाठी काही उत्तम व मुक्त-स्रोत ('ओपन-सोर्स ') संगणक प्रणाल्यासुद्धा उपलब्ध आहेत. वर उल्लेखलेल्या उदाहरणांसाठीच नाही तर इतर अनेक अवघड आणि गुंतागुंतीच्या प्रश्नांसाठी सुद्धा एआयचा वापर जोमाने होत आहे. काही सकारात्मक गोष्टींसाठी, तर काही नकारात्मक गोष्टींसाठी सुद्धा.

संगणक जर एवढा 'हुशार' होऊ शकत असेल तर माझे काय होणार? माझ्या नोकरी-व्यवसायाचे काय होणार? हा प्रश्न पडणे स्वाभाविकच आहे. याचे उत्तर म्हणजे एआयचा आपल्या जीवनावर थोड्याफार प्रमाणात प्रभाव अगदी जरूर पडणार आहे. अगदी उपजीविकेवर सुद्धा. जे सृजनशीलतेची, जसे कथा लिहिणे, चित्रकला, नव-संशोधन अशी कामे करतात त्यांना धोका फारच कमी. उलट त्यांचे क्षेत्र एआयच्या मदतीने अजून बहरेल. पण ज्यांच्या कामात तोचतोचपणा आहे, ज्याला आपण बौद्धिक 'पाट्या टाकणे' असे म्हणतो, त्यांना मात्र पुढे कमी संधी उरणार आहे. ती क्षेत्रे एआय हळूहळू काबीज करेल असे वाटते.

यात आपली भूमिका काय असली पाहिजे? विद्यार्थी असाल तर या विषयाची सखोल माहिती घ्यायला हवी. आपल्या क्षेत्राला पूरक असा एआयचा वापर पण करायला शिकले पाहिजे. सध्या याविषयी अनेक उत्तम कोर्सेस (काही अगदी फुकट सुद्धा) इंटरनेट व इतरत्र उपलब्ध आहेत. त्याचा उपयोग करून ही नवप्रचलित होऊ घातलेली अजून एक प्रश्न-निवारण-पद्धती शिकून घेतली पाहिजे. नोकरी-व्यवसायातील मंडळींनी सुद्धा शक्य तितके या विषयात पारंगत होण्याचा प्रयत्न करावयास हवा. काळाची ती गरजच व्हायला लागली आहे. इतरांनी, अगदी खोलात शिरणे शक्य नसले तरी याविषयाची जुजबी माहिती तरी घ्यावी, जेणेकरून एआय या क्रांतीबरोबर आपण समजून-उमजून मार्गक्रमण करू शकू.

2

'यंत्र बुद्धिमत्ता' म्हणजे काय?

कोणती क्रिकेट टीम जिंकणार? कोण पंतप्रधान होणार? अशा प्रश्नांवर आपल्यातले बरेच (आपापल्या परीने!!) भाकिते करीत असतात. पूर्वी पाहिलेले सामने अथवा निवडणुकांवरून आपल्या डोक्यात काही समीकरणे आपोआप फिट्ट झालेली असतात. विराट खेळणार असेल तर, समोरचा संघ लेचापेचा असेल तर, खेळपट्टी फिरकीला साथ देणारी असेल तर, अशा काही बाबी (डेटा) लक्षात घेऊन आपण ही भविष्यवाणी करतो. ज्याचे भाकीत खरे त्याला आपण या विषयातील तज्ञ अथवा बुद्धीमान पण म्हणतो. हेच डेटा-आधारित काम जर यंत्र (म्हणजेच संगणक आज्ञावली, कंप्यूटर प्रोग्राम) करू लागले तर त्याला 'यंत्र बुद्धिमत्ता' ('मशीन लर्निंग', अथवा 'एम-एल') असे म्हणू शकतो.

मशीन लर्निंगला पूर्वीची माहिती, उदाहरणे, जसे की क्रिकेटच्या सामन्यांची आकडेवारी (डेटा) देऊन प्रशिक्षित (ट्रेन) करावे लागते. तो दिलेल्या डेटामध्ये समीकरणे अथवा आकृतिबंध (पॅटर्न्स) शोधतो. एकदा का समीकरण शोधले की भविष्यवाणी म्हणजे त्या समीकरणात आकडे घालून उत्तर काढणे एवढेच राहते. तज्ञ किंवा ज्येष्ठ लोकांचे उत्तर अचूक येण्याची शक्यता जास्त असते कारण त्यांनी अनेक 'पावसाळे' (जसे की सामने) पहिले असतात, हार-जीत कशामुळे होते यासंदर्भातील जास्त बाबी त्यांना माहीत असतात, म्हणून त्यांचे अंदाज जास्त बरोबर येऊ शकतात. तसेच मशीन लर्निंगला सुद्धा खूप डेटा, अनेक बाबींची आकडेवारी दिली तर त्याचेही अंदाज बरोबर येऊ शकतात.

हे नीट समजावून घेण्यासाठी एक सोपे उदाहरण बघू या. समजा तुम्हाला घर घ्यायचे आहे. कुठल्या भागात घ्यायचे आहे ते ठरले आहे. किमतीचा अंदाज घेण्यासाठी तुम्ही एखाद्या तज्ज्ञाला (रियल इस्टेट एजंटला) गाठता, मग त्यांना विचारले की ६०० चौ. फूट क्षेत्रफळाच्या १ बीएचकेच्या घराची किंमत किती असेल? १००० चौ. फूट क्षेत्रफळाचा २ बीएचके कितीला असतो? अशा प्रश्नांची उत्तरे धडधड मिळतात, कारण त्यांच्या डोक्यात ती समीकरणे, पूर्वी पाहिलेल्या उदाहरणांवरून, तयार झालेली असतात. क्षेत्रफळाचा (एरिया, A) चा आणि खोल्यांच्या आकड्याचा (रूम्स, R) किती प्रमाणात किमतीवर (किंमत, P) वर पडतो ते अनुभवातून ठरले गेलेले असते. उदाहरणादाखल एक सोपे समीकरण मांडूया: $P = W_0 + W_1 * A + W_2 * R$. यात W_1 हा क्षेत्रफळाचा (A) प्रभाव दर्शवतो, तर W_2 हा खोल्यांच्या (R) आकड्यांचा, तर W_0 ला

मूळ (बेस) किंमत म्हणू शकतो. या सर्वांची बेरीज म्हणून घराच्या किंमतीचे (P) ढोबळ समीकरण बनू शकते. W_0, W_1 आणि W_2 या प्रभावांना भार/वजन (वेट) म्हणतात. जेवढे वेट जास्त तेवढा प्रभाव जास्त. तज्ज्ञांच्या डोक्यात या वेटचे आकडे तयार झाले की ते कोणत्याही क्षेत्रफळासाठी आणि खोल्यांच्या आकड्यासाठी आपल्याला घराची किंमत सांगू शकतात. हेच काम मशीन लर्निंग आपोआप करू शकते. म्हणजे, त्यालाही पूर्वीच्या घरांची आकडेवारी दिली तर तोही असे समीकरण आपोआप शोधू शकतो. वर पाहिल्याप्रमाणे, तो ही वेटची किंमत काढू शकतो. कशी, ते ढोबळमानाने पाहू. समजा खालीलप्रमाणे आपल्याकडे माहिती उपलब्ध आहे:

क्षेत्रफळ (A)	खोली (R)	घराची किंमत (P)
८००	३	₹३३,००,०००
१२००	३	₹३६,१०,०००
७००	२	₹२३,१०,०००
१५००	४	₹५४,००,०००

वरील आकडे पाहून आपल्याला असे W_0, W_1 आणि W_2 शोधायचे आहेत जे वर दाखवलेल्या समीकरणाला आणि घरांच्या उदाहरणाला बऱ्यापैकी लागू पडतील. कसे शोधायचे याची एक साधी पद्धत अशी की , W_0, W_1 आणि W_2 यांची किंमत काहीतरी धरून सुरुवात करायची, समजा '१' धरली. तर समीकरण काय झालं: $P = 1 + 1 * A + 1 * R$. आपल्याकडे असलेल्या घरांचे आकडे त्यात घातले, जसे पहिले घर, तर किंमत काय येईल? $P = 1 + 1 * 800 + 1 * 3 = 804$. अरेच्या, पण या घराची किंमत तर ३३ लाख आहे. उत्तर चुकतंय, कारण आपण वापरलेले वेट '१' आहेत, जे बरोबर नाहीत. ते बदलावे लागणार हे साहजिकच आहे. पण कसे ते पाहू. वेट '१-१-१', घेतल्याने सर्वच घरांच्या किंमती चुकीच्या येणार आहेत. समीकरणाने काढलेली किंमत आणि खरी किंमत यात बरीच तफावत असणार आहे. अश्या सर्व घरांची तफावत एकत्र केली (तफावतीच्या आकड्याचा वर्ग करणे संयुक्तिक, ज्याने उणे आकड्यांची काळजी घेतली जाते) तर वेट '१-१-१' घेतल्याने आलेल्या एकत्रित चुकीचा आकडा मिळतो. तो आपल्याला कमीत कमी करायचा आहे. वेटचे आकडे बदलून हे साध्य केले जाते. त्यासाठी 'ग्रेडीयंट डीसेंट' नावाच्या पद्धतीचा वापर करून, असे वेट शोधले जातात की ज्याने एकत्रित चूक कमीत कमी होईल. हे चांगले वेट कळाले, की समीकरण तयार!! जसे $P = -678167 + 1272 * A + 1031111 * R$. हे वापरून आपण कोणतेही क्षेत्रफळ (A) दिले आणि खोल्यांचा आकडा (R) दिला की घराची किंमत सांगू शकतो, अगदी मानवी तज्ज्ञासारखी.

हे समीकरण सध्या ठीकठाक उत्तरे देईल. अजून काही घरांचे आकडे घातले आणि इतर बाबी, ज्या घरांच्या किंमती ठरवतात, जसे की बांधकाम व्यावसायिकाची पत, सुविधा, शाळा महाविद्यालयांपासूनचे अंतर, इत्यादी, त्या समीकरणात आणल्या तर उत्तर अधिक अचूक यायला लागेल. हे सर्व पाहून आपल्याला असे लक्षात येईल की, फक्त डेटा देऊन मशीन लर्निंगने त्यातून समीकरण-आकृतिबंध शोधला आहे. हीच याची ताकद. आपण पाहिलेल्या या प्रकाराला 'लिनियर रेग्रेशन' असे म्हणतात. हे 'मशीन लर्निंग' मधील एक प्रसिद्ध तंत्र आहे. मशीन लर्निंग या विषयाचा बोलबाला आता सुरू झाला असला

तरी यातील अनेक तंत्रे खूप जुनी आहेत, सांख्यिकी शास्त्राचा भाग म्हणून.

मशीन लर्निंग हा कृत्रिम बुद्धिमतेचाच (एआय) एक भाग आहे. कारण, जसे मानवी तज्ज्ञ बुद्धी वापरून, अनुभवातून समीकरणे शोधतात तसेच मशीन लर्निंगसुद्धा करते, आणि ते ही कोठलीही स्पष्ट आज्ञावली न देता.

मशीन लर्निंगचे अनेक उपयोग आहेत. अंदाज देणे, जसे की घराच्या किमती, शेयरबाजारातील भाव, इत्यादी. वर्गीकरण करणे, जसे आपल्याला जीमेलमध्ये किंवा याहू इमेलमध्ये दिसते की आपल्याला आलेल्या संदेशांचे स्पॅम (कचरा संदेश) आणि वाचावे असे संदेश याचे वर्गीकरण करून, फक्त चांगले तेच तो आपल्याला दाखवतो. आपली उत्पादने विशिष्ट प्रकारच्या ग्राहकांनाच डोळ्यासमोर ठेवून केली असतील तर तसे गट (क्लस्टर) शोधण्याचे कामसुद्धा मशीन लर्निंग करते.

मशीन लर्निंगच्या अद्भुत क्षमतेमुळे त्याला अनन्यसाधारण महत्त्व आले आहे. त्याचे उपयोग विविध क्षेत्रात वाढत आहेत. एका मार्केट रिसर्च कंपनीच्या म्हणण्यानुसार या विषयाच्या कामांची किंमत २०२२ पर्यंत ६० ते ७० हजार कोटी रुपये इतकी होणार आहे. या विषयाच्या लोकप्रियतेमुळे, कंपन्यांकडे असलेल्या अनेक प्रोजेक्टसमुळे, या विषयातील तज्ज्ञांची खूप मोठी गरज निर्माण झाली आहे. अनेक इंजिनीअरिंग आणि इतर महाविद्यालयांत, तसेच कंपन्यांमध्ये मशीन लर्निंग शिकवणे सुरू झाले आहे. अनेक चांगले कोर्सेस युट्युबवर फुकट उपलब्ध आहेत. याचा आपण जरूर लाभ घेऊ या आणि मशीन लर्निंग हे तंत्र आपल्या विषयात कसे वापरता येईल व जास्तीत जास्त अवघड आणि क्लिष्ट प्रॉब्लेम कसे सोडवता येतील याचा विचार करू या!!

'एआय'ची विविध रूपे

3

'कृत्रिम प्रज्ञे'चे वास्तव आणि भ्रम

मानवी बुद्धिमत्तेचे अनेक पैलू आहेत. ढोबळ मानाने पाहता, माहिती ग्रहण करणे, पृथ:करण करणे, त्यातील महत्त्वाची गोष्ट 'ज्ञान' म्हणून साठवणे आणि नंतर त्याचा उपयोग नवनवीन कामांसाठी करणे, हे सर्व त्यात समाविष्ट होते. सामान्य समजुतीनुसार, जेव्हा संगणक प्रणालीसुद्धा अशी कामे थोड्याफार फरकाने करते, तेव्हा तिला 'कृत्रिम बुद्धिमत्ता' (एआय) असे म्हटले जाते. यातून मानवी आणि कृत्रिम बुद्धिमत्ता यांच्यात समानता असल्याचे गृहीत धरले जाते, ज्यामुळे बरेच भ्रम निर्माण होतात. या दोन्ही बुद्धिमत्तांचे प्रकटीकरण जरी समान दिसत असले तरी त्यामागच्या प्रक्रिया, गरजा आणि त्यांचा प्रभावीपणा हा खूप वेगळा आहे. त्यामुळे निर्माण होणारे भ्रम आणि त्यामागील सत्य स्पष्ट करणे महत्त्वाचे आहे.

एखाद्या लहान बाळाला एकदाच सांगितले की, "हे भू-भू आहे, ही मनी-माऊ आहे", तर त्याला त्यानंतर ते प्राणी ओळखणे कधीही अवघड जात नाही, अगदी ते वेगळ्या प्रकारचे, जातीचे,आकाराचे व रंगांचे असले तरीही. ही प्रक्रिया आपल्या दैनंदिन जीवनात साधी वाटते, पण ती अत्यंत अद्भुत आहे. मानवी बुद्धिमत्तेला एखाद-दुसऱ्या उदाहरणातून 'ज्ञान' मिळते, जे त्याला पूर्वी न पाहिलेल्या गोष्टी ओळखण्यात मदत करते.

याउलट, एआयला अशा कामांसाठी लाखो उदाहरणे (डेटा) जसे की प्राण्यांची चित्रे त्यांचा प्रकारांच्या नावांसकट द्यावी लागतात. मोठ्या संगणकीय शक्तीच्या मदतीने, महागडे प्रारूप (मॉडेल) तयार केले जाते. त्यानंतर प्राणी अगदी अचूक ओळखत नाही, तरी बऱ्यापैकी ओळखू शकते. मानवाला मात्र अगदी कमी उदाहरणे दिली तरी पुरतात. हा एक खूप महत्त्वाचा फरक आहे.

अजस्त्र प्रमाणात डेटा देऊन मात्र आता काही एआयची मॉडेल्स मानवी बुद्धिमत्तेशी स्पर्धा जरूर करू लागली आहेत (काही प्रकारात ती पुढेही आहेत) पण जेवढ्या कमी प्रशिक्षणात (डेटा आणि लागणारी ऊर्जा) मानवी बुद्धिमत्ता ते काम करते, ते एआयला अजूनतरी शक्य झालेले नाही.

चित्रांप्रमाणेच आवाज, गंध इत्यादी माध्यमांचे ज्ञानही माणूस प्रभावीपणे साठवतो. त्यानंतर तत्सम आवाज किंवा गंध सहज ओळखतो. याला विविधांगी (मल्टी-मोडल) मॉडेल म्हणतात, आणि येथेही मानवी बुद्धिमत्ता सरस ठरते.

भाषा शिकतानासुद्धा मानवी मूल भोवताली पाहून, संबंध लावून अंदाजाने का होईना पटापट शिकते. त्याला ना व्याकरणाचे पुस्तक लागतं ना प्रशिक्षक. ज्यांच्या सभोवती दोन-चार भाषा बोलल्या जातात तेव्हासुद्धा मानवी मूल त्या सर्व आत्मसात करते. हे सर्व करायला एआयला प्रशिक्षणासाठी खूप मोठा डेटा, खूप जास्त प्रमाणात संगणकीय शक्ती आणि त्याच प्रमाणात पैसा लागतो. मानवी मेंदू मात्र हे कामही कमी उदाहरणात व ऊर्जेत करतो. सारांश हाच की जरी दोन्ही प्रकारच्या बुद्धिमत्ता एकसारखी काम करीत असल्यामुळे आपल्याला भ्रम होऊ शकतो की त्या सारख्याच आहेत, तरी सत्य हे आहे की त्यांच्या मागील तत्त्वे, प्रशिक्षण आणि कार्यपद्धती पूर्णतः वेगळी आहेत.

अजून एक मोठा भ्रम म्हणजे, जसे मानवी मेंदूत लाखो मज्जातंतू (न्यूरॉन्स) असतात, त्याच प्रमाणे एआयच्या मॉडेलमध्ये पण असतात. यावर कळस म्हणजे, एआयमधील एका प्रणाली प्रकाराला 'न्यूरल-नेटवर्क' म्हणजेच 'मज्जातंतूंचे-जाळे' असे नावही दिलेले आहे. पण सत्य हे आहे की, एआयमधील न्यूरॉन्सचा आणि मानवी मेंदूतील न्यूरॉन्सचा अर्थाअर्थी काहीही संबंध नाही. एआयचे न्यूरॉन्स हे केवळ संकल्पनेच्या पातळीवर मानवी मज्जातंतूसारखे काम करतात पण दोघांच्याही मागील तत्त्वे व प्रक्रिया फार वेगळी असतात.

मानवी बुद्धिमत्ता दृश्ये ओळखणे किंवा भाषा बोलणे यापलीकडे जाते. भावना, सृजनशीलता, विवेक अशा अनेक क्षेत्रांमध्ये ती एआयपेक्षा सरस आहे. मग तरीही एआयचा एवढा बोलबाला का? तर काही प्रकारच्या गोष्टींमध्ये एआय खरंच सरस ठरते. मोठ्या प्रमाणावर डेटा साठवणे व त्यातून उत्तर शोधणे, जटिल गणिते सोडवणे, आणि अनेक घटक असलेल्या समस्यांमध्ये उत्तर शोधणे यात एआय अधिक प्रभावी ठरते. शेवटी, मानवी आणि कृत्रिम बुद्धिमत्तेतील संघर्षापेक्षा, त्यांच्या बलस्थानांचा उपयोग करून घेणे अधिक महत्त्वाचे आहे.

4

डिजिटल कर्मचाऱ्यांची फौज

कोणत्याही मोठ्या शहरात सकाळी अनेक ठिकाणी मजूर-अड्डे भरलेले दिसतात. मुकादम येऊन आवश्यक कौशल्यांप्रमाणे मजूर निवडतो. ही कौशल्ये शारीरिक-श्रम स्वरूपाची असतात. कल्पना करा की, संगणकीय म्हणजेच 'डिजिटल' कामांसाठीपण असे अड्डे भरले तर आणि त्यातील मजूर सदेह नसून आभासी असतील तर? हा केवळ कल्पनाविलास नाही. असे 'डिजिटल' कर्मचारी आता प्रत्यक्षात उपलब्ध होऊ लागले आहेत. यांनाच 'कृत्रिम बुद्धिमत्ता कर्मचारी' ('एआय'-एजन्ट्स) म्हणतात.

आपण चॅटजिपीटीसारख्या संवाद-आधारित प्रणाल्या (चॅटबॉट्स) पहिल्या असतील. पण मग एआय-एजन्ट्स त्यापेक्षा वेगळे कसे? एआय-एजन्ट्स चॅटबॉट्सच्याही पुढची पायरी आहे. ते केवळ संभाषणच नाही तर प्रत्यक्षात कृती देखील करू शकतात. उदाहरणार्थ, तुम्हाला काश्मीरची सहल आयोजित करायची आहे. चॅटबॉट्सद्वारे विमानसेवा, राहण्याची हॉटेल्स, प्रेक्षणीय स्थळे यांची माहिती घेऊ शकता एवढेच. पण एआय-एजन्ट्स फक्त माहितीच देत नाहीत, तर ते सहलीचे तुमच्या बजेटनुसार पूर्ण नियोजन करणे, बुकिंग करणे, अगदी तिकिटे काढण्यापर्यंत सर्व कामे करतात. अगदी खऱ्याखुऱ्या प्रवास-सल्लागार (ट्रॅव्हल एजन्ट) प्रमाणे.

एआय-एजन्ट्स विविध क्षेत्रांत उपयोगी ठरत आहेत. संगणकीय प्रणाली (ऍप्स) बनवणे, विक्री-विपणनाची प्राधान्यक्रम ठरवणे, जोखीम ओळखणे, डेटा (माहिती, विदा) यांचे पृथ:करण करणे, विविध प्रक्रियांमध्ये स्वयंचलितता आणणे, नव-नवीन कल्पनांच्या सृजनासाठी पर्याय सुचवणे, यासारख्या अनेक निर्णय आणि कृती प्रक्रियांमध्ये ते उपयोगी ठरू लागले आहेत. केवळ तोच-तोच पणाच्या कामांमध्येच नाही तर बुद्धी व निर्णयक्षमता लागणाऱ्या कामांमध्ये सुद्धा एआय-एजन्ट्स शिरकाव करीत आहेत. अशा 'डिजिटल' कर्मचाऱ्यांची फौजच निर्माण होत आहे. २४ तास, ७ ही दिवस, न कंटाळता, न संप करता, अचूक काम करणाऱ्यांची.

चॅटजिपीटी बनवणाऱ्या 'ओपन एआय' चे प्रमुख सॅम ऑल्टमन यांचे म्हणणे आहे की स्व:प्रेरणेने निर्णय घेणारे, लक्ष्य ठरवणारे आणि कमीत कमी मानवी हस्तक्षेपात कामे पूर्ण करणारे एआय-एजन्ट्स आता मोठ्या संख्येने बनणार आहेत. २०२५ पासून ते तुमच्या कंपनीच्या टीमचा भागही होतील. त्यांच्या असामान्य कौशल्यामुळे कंपन्यांची

उत्पादकता मोठ्या प्रमाणात वाढेल.

मायक्रोसॉफ्टच्या सत्य नडेला यांचे म्हणणे आहे सध्या जसे ॲप्स वापरून आपण माहिती मागवतो, विदा-साठ्याची (डेटाबेस) कामे करतो ते सर्व जाऊन आता एआय-एजन्ट्स डेटाची कामे, त्यांच्यातल्या व्यवसाय-सूत्रांच्या (बिझिनेस लॉजिक) आधारे, तडक, प्रत्यक्षपणे करतील. ॲप्सची गरजच नाही. आणि कोणत्याही प्रकारचा डेटाबेस असला तरी. ही एक मोठी क्रांती होणार आहे.

आता प्रश्न निर्माण होतो की, हे एआय-एजन्ट्स नक्की काम कसे करतात? ते पाहू. एआय-एजन्ट्सकडे जेव्हा एखादे काम येते, ते 'बृहत भाषा प्रारूपे' ('लार्ज लँग्वेज मॉडेल्स', एल-एल-एम्स) यांचा वापर करून, तर्कशुद्धपणे समजून घेऊन (रिझनिंग) कामाची यादी बनवतात. प्रत्येक कामासाठी त्यांच्याकडच्या कार्यप्रणालींची (टूल्स) रचना करतात, माहिती कमी पडत असेल तर इंटरनेटवरून मागवू शकतात आणि सर्व नियोजनबद्धपणे घडवून आणतात. आपण केलेले काम बरोबर आहे की नाही ते तपासून कार्यप्रणालीत बदल घडवून आणतात किंवा ग्राहकाच्या अभिप्रायानुसार (फीडबॅक) ते आपल्यात बदलही करतात. ही सर्व कामे ते बऱ्यापैकी स्वयंचलित पद्धतीने आणि अचूक करीत असल्याने आपण निवांतपणे त्यांच्यावर कामे सोपवू शकतो.

मायक्रोसॉफ्ट, गुगल, फेसबुक, सेल्सफोर्ससारख्या मोठ्या कंपन्याच नाही तर छोट्या कंपन्यासुद्धा या एआय-एजन्ट्सच्या मागणीचा लाभ घेऊ शकतात. त्याला लागणाऱ्या एजन्ट-प्रणाल्या (एजंटीक सिस्टिम्स) मुक्त स्वरूपात ('ओपन-सोर्स') उपलब्ध आहेत. त्यामागे असलेली (काही) एल-एल-एम्ससुद्धा मुक्त स्वरूपात मिळतात. त्यामुळे संकल्पना-प्रमाण (प्रूफ-ऑफ-कन्सेप्ट) तरी बनवता येतील. अशा एआय एजन्ट्सची गरज इतर जगभरात तर आहेच पण विशेषकरून भारतातसुद्धा आहे. सर्वसामान्य जनतेला भारतीय भाषांमध्ये संवाद साधणारे एआय-एजन्ट्स फारच उपयोगी ठरतील. कल्पना करा हे एआय-एजन्ट्स सांगकाम्याप्रमाणे आपली बँकेची, खाद्यपदार्थ मागवण्याची, वस्तू विकत घेण्याची, इमेल-रिपोर्ट लिहिण्याची, कार्यालयाची कामे फटाफट करू लागली तर कोणाला नको आहे. मोठी संधी आहे भारतीय प्रतिभेला. गरज आहे ती बाजाराभिमुख कल्पकतेची आणि ते सत्यात उतरवण्यासाठी लागणाऱ्या मेहनतीची. जशी ही मोठी संधी आहे तर ती मोठ्या जनसंख्येसाठी ही धोक्याची घंटा सुद्धा आहे. विशेष करून 'डिजिटल' सेवा क्षेत्रातल्या नोकऱ्या जाणे हे नजीकच्या काळातच सुरू होऊ शकते. त्यावरील उपायांच्या कार्यान्वयावर तातडीने समाजात व सरकार-दरबारी चर्चा होणे गरजेचे आहे.

5

'कृत्रिम बुद्धिमत्ता' तुमच्या खिशात

"हे सिरी, उद्या पाऊस पडेल का?" किंवा "हे गुगल, मला जगजीत सिंग यांची गझल ऐकवशील का?" अशा सूचना दिल्या की मोबाईल आज्ञाधारक नोकराप्रमाणे ती कामे त्वरित करतो. गाडी चालवताना रस्ता दाखवणे, पुस्तक खरेदीसाठी शिफारस करणे, किंवा वाढदिवसाची आठवण करून देणे, ही कामे तो सहज करतो. कॉल, संदेशापुरता मर्यादित असलेला मोबाईल आता एआयमुळे 'स्मार्ट' झाला आहे. तुमच्या नकळतच, एआय तुमच्या खिशात पोहोचला आहे. या तंत्रज्ञानाचा वापर कसा होतो, त्यामागील प्रणाली काय आहे, आणि त्याचे फायदे व संभाव्य धोके यावर नजर टाकूया.

आज बहुतेक लोकांकडे स्मार्टफोन आहेत. त्यात एआयचा मोठ्या प्रमाणावर वापर केला जातो. यामुळे शिक्षण, आरोग्य, खरेदी-विक्री आणि प्रवास या क्षेत्रांत लोकांना सहज प्रवेश मिळतो, ज्यामुळे लोकशाहीकरण वाढलेच आहे.

एआयद्वारे आपल्याला उत्तरे मिळतात, कामेही होतात, पण अशा बऱ्याच ॲप्स मध्ये जाहिरातीसुद्धा दाखवल्या जातात. तुम्हाला जरी सेवा फुकट मिळत असली तरी विविध उत्पादनाच्या जाहिराती दाखवून खरेदीस उद्युक्त केले जाते. आपले मन वळवण्याचा अथवा विशिष्ट पद्धतीने बनवण्याचा प्रयत्नही केला जातो. समाज-माध्यमातील (सोशल मीडिया) शिफारसींनी समाज-मन विशिष्ट अंगाचे बनवण्याचा प्रयत्नही केला जातो. त्यामुळे हे सर्व वापरताना बोलविता धनी कोण आहे, हे लक्षात ठेवणे महत्त्वाचे आहे.

मोबाईल मध्ये आपला डेटा इतक्या विविध प्रकारात आणि प्रमाणात असतो की त्यातील एआय तुम्हाला व्यवस्थित 'ओळखते'. गमतीत बोलायचं झालं तर, तुमची आई तुम्हाला जेवढे ओळखते त्यापेक्षा जास्त!! बरं, हे चांगले की वाईट? डेटा दिला नाही तर नवनवीन सेवा कशा मिळणार, आणि दिला तर चौर्यकर्माची भीती. त्यामुळे कुठल्या ॲप्सवर विश्वास ठेवायचा हे ठरवावे लागते.

एआयच्या प्रणाल्या (अल्गोरिदम्स) खरोखरच वरदान ठरतात. तुम्हाला जाणवले आहे का की, आपल्याला दररोज खरंतर असंख्य संदेश, ईमेल्स येत असतात. त्यातील अनावश्यक (स्पॅम) खड्ड्याप्रमाणे बाजूला केले जातात. आरोग्यविषयी प्रणाल्यांमध्ये (ॲप्स) हृदयगतीसारख्या घटकांचा अभ्यास करून तंदुरुस्तीच्या योजना दिल्या जातात. पुढच्या रस्त्यावर गर्दी दिसत असेल तर पर्यायी मार्ग सुचवला जातो. फोटो सुंदर येण्यास

मदत केली जाते. आपल्याला आवडू शकतील अशीच गाणी आणि चित्रपट सुचवल्यामुळे शोधत बसावे लागत नाही, वेळ वाचतो. परदेशप्रवासात तर पावलापावलांवर मदत होते, दुभाषा म्हणून, हॉटेल शोधण्यास, प्रेक्षणीय स्थळांची माहिती घेण्यास, एक ना अनेक. परिणामी, मोबाईलवरील अवलंबित्व प्रचंड वाढले आहे. काहीही लक्षात ठेवायची गरज नाही आणि विचार करण्याचीही नाही असे होऊ लागले आहे. ऑक्सफर्ड शब्दकोशाचा 'वर्ड ऑफ द इयर' (२०२४ वर्षातील सर्वोत्तम शब्द) चा मान 'ब्रेन रॉट' (मेंदू-विचार-बुद्धीचा ऱ्हास) या शब्दास मिळाला आहे. मोबाईल, एआय, समाज माध्यमे यांच्या अति वापराने होणाऱ्या प्रज्ञाक्षयाचा तो द्योतक आहे. 'अति सर्वत्र वर्जयेत्' हा नियम पाळणे महत्त्वाचे आहे.

आपल्या खिशात बसणारा हा एआयरुपी 'अल्लाउद्दीनचा दिवा' भविष्यात काय काय घेऊन येऊ शकतो याची झलक पाहुयात. संवर्धित-वास्तव (एआर , ऑगमेंटेड रियालिटी) या तंत्रज्ञानाच्याद्वारे घराच्या कागदावरील नकाशावर त्याचे त्रिमितीय ('थ्रीडी') मॉडेल पाहता येईल, कॅमेरा पुढील वस्तूची इत्यंभूत माहिती तेथेच आपल्याला वाचता येईल, तसेच खेळांमध्ये (गेमिंग) तर क्रांती घडणार आहे. अनेक भाषा येणारा सर्वज्ञ दुभाषी मिळेल जेणेकरून कोठेही प्रवासाला गेल्यावर संभाषणाची काहीच अडचण येणार नाही. शिक्षण पुस्तकी ना राहता त्याला दृक-श्राव्य माध्यमांची जोड तर मिळेलच पण आभासी जगतात प्रयोग पण करता येतील. ही झाली काही वानगी दाखल उदाहरणे, पण सर्वच विषयात मोबाईलमधील एआय मदतीला असेल. या सहभागाला अजूनही खूप वाव आहे आणि खरंतर अंत्योदय झाल्याशिवाय तंत्रज्ञानाचे फलित ते काय?

या सकारात्मक गोष्टींबरोबरच काही चिंतासुद्धा आहेत. मोबाईल मधील माहितीचा वापर कसा होतो आहे, ती विकली जात आहे का, त्याद्वारे आपल्याला लक्ष-बंधक (अटेन्शन-ट्रॅपड) तर बनवलं जात नाहीयेना याचा सजग विचार स्वतः आपण केला पाहिजे. समाज, कंपन्या आणि सरकार यांनी संभाव्य धोके कमी करण्याची सुसंगत धोरणे आखण्याची गरज आहे. या दिव्यातील राक्षसाला आपल्या नियंत्रणात ठेवायचे का आपल्याला गिळंकृत करू द्यायचे हे आपण ठरवायचे.

6

शेतीच्या समस्यांवरील अत्याधुनिक उतारा

मायक्रोसॉफ्टचे प्रमुख सत्य नाडेला यांनी त्यांच्या भाषणात बारामतीतील एका अभिनव उपक्रमाचा विशेष उल्लेख केला होता. ऊस उत्पादनासाठी एआय कशा प्रकारे उपयोगात आणली गेली, हे त्यांनी नमूद केले. 'फार्म ऑफ द फ्युचर' (भविष्यातील शेती) या उपक्रमांतर्गत सुमारे १६ लाख स्थानिक शेतकरी जोडले गेले आहेत. उदाहरणार्थ आता, कमी पाण्यात, कमी जागेत आणि कमी खर्चात अधिक गोडसर ऊस उत्पादित करण्याचे उद्दिष्ट एआयच्या मदतीने साध्य झाले आहे. इतर अनेक क्षेत्रांप्रमाणेच कृषी क्षेत्रातसुद्धा एआयने मुसंडी मारली आहे.

कल्पना करा, पाण्याचा प्रत्येक थेंब, खताचा प्रत्येक कण, बियाण्याचा प्रत्येक दाणा अत्यंत कार्यक्षमतेने वापरला गेला तर? एआयचे लक्ष्य हेच आहे. पारंपरिक शेतीत आधुनिक तंत्रज्ञानाचा समावेश करून उत्पादन वाढवणे व शेतकऱ्यांचे जीवनमान सुधारणे हा उद्देश आहे. शेती हा जोखमीचा व बेभरवशाचा व्यवसाय मानला जातो. हवामान, खत-बियाण्यांची उपलब्धता आणि बाजारभावातील चढ-उतार यांवर शेतीचा डोलारा सांभाळावा लागतो. पण एआयचा वापर करून विविध मार्गाने यातील आव्हानांचा यशस्वी सामना करणे शक्य आहे, ते पाहुयात.

'स्मार्ट' शेतीत खुरपणी, पेरणी, पाणीपुरवठा, कापणी यांसारखी कामे स्वयंचलित पद्धतीने होऊ शकतात. ज्या देशांत मोठ्या प्रमाणावर जमीन आहे (उदा. अमेरिका), तेथे यंत्रांचा वापर जास्त किफायतशीर ठरतो. मानवी चालढकल, चुका टाळल्या जातात आणि उत्पादकता वाढते. उपग्रहांद्वारे हवामानाचा अचूक अंदाज घेता येतो. संवेदक (सेन्सर्स) जमिनीतील आर्द्रता आणि घटक मोजतात. ते वापरून एआयच्या मदतीने हवामानानुसार पाण्याचे अचूक प्रमाण ठरवता येते. यामुळे पाण्याची तब्बल ३० टक्के बचत करून दुप्पट पीक घेणे आता अशक्य नाही.

पीकांवर लागणारी कीड ही मोठी समस्या आहे. ड्रोन, उपग्रहाद्वारे मिळालेल्या चित्रांवरून कीड लवकर ओळखता येते. औषधफवारणी वेळेवर करता येते, यामुळे नुकसान कमी होते. आंध्र प्रदेशातील शेतकऱ्यांनी बुरशीचा प्रादुर्भाव रोखण्यासाठी याचा यशस्वी वापर

केला आहे. भारत सरकारच्या 'नॅशनल पेस्ट सर्व्हेलन्स सिस्टीम' (राष्ट्रीय कीड संनिरीक्षण प्रणाली) शेतकऱ्यांना कीड-प्रसाराबाबत सतर्क करण्याचे काम करते. बदलते हवामान ही अजून एक मोठी समस्या आहे. देशातील काही भागात पाणलोटाची ठीकठाक सोय असली तरी अर्ध्याअधिक शेतकऱ्यांना निसर्गावरच अवलंबून राहावे लागते. दुष्काळ प्रतिरोधक पिकांचे, विविध कामांचे वेळापत्रक एआयद्वारे तयार करता येते. राजस्थानातील शेतकऱ्यांनी भरडधान्य पिकासाठी अशा सल्ल्याचा उपयोग केला आहे.

भूतकाळातील उत्पादनांचा डेटा (माहिती, विदा), हवामान, मातीचे गुणधर्म यांचा अभ्यास करून एआय उत्पादनाचा अंदाज देऊ शकते. याचा आधार घेऊन शेतकरी पीक कधी बाजारात आणायचे हे ठरवू शकतो. शेतमालाला भाव कधी चांगला मिळेल, तोपर्यंत साठवणुकीची काय सोय करता येईल यांचे चांगले नियोजन करता येते. मालाचा अपव्यय कमीत कमी करता येते. मागणी व पुरवठा याचा बरोबर मेळ घालून दोन्ही पक्षांना (शेतकरी आणि व्यापारी-ग्राहक) फायदा होईल असे सौदे सुचवता येतात. गावातील, राज्यातील, देशातीलच नाही तर जगभरातील चालू असणाऱ्या व्यवहारांची माहिती मिळवणे शक्य असल्याने कोठे सर्वाधिक फायदा होईल याचा अंदाज बांधता येतो. शेती शास्त्रज्ञांना, सल्लागारांना व अधिकाऱ्यांना प्रत्येक शेतकऱ्याबरोबर चर्चा करून त्यांचे समाधान करणे शक्य होईलच असे नाही. शेतीत वैज्ञानिक मदत पुरवणाऱ्या संवाद प्रणाली (उदा. 'किसान ई-मित्र' सारखे चॅटबॉट्स) उपलब्ध आहेत. या प्रणाली शेतीविषयक प्रश्नांची उत्तरे देतात, तेही विविध भारतीय भाषांमध्ये.

एआयच्या मदतीने शेतीत आमूलाग्र बदल घडत आहेत. शेतकरी सक्षम होत आहेत. अन्नदाता समृद्ध झाला तर देशही समृद्ध होतो. यासाठी सरकार व खाजगी कंपन्यांनी संशोधन आणि एआय तंत्रज्ञानाच्या उपाययोजनांवर भर द्यायला हवा. शेतकऱ्यांनीही डिजिटल साक्षरता आत्मसात करून तंत्रज्ञानाचा लाभ घ्यावा, जेणेकरून शेती हा ही एक निरंतर फायदेशीर व्यवसाय होईल.

7

युद्धभूमीवरील 'कृत्रिम प्रज्ञा'

संरक्षण क्षेत्र आणि तंत्रज्ञान यांची पूर्वापार घट्ट मैत्री आहे. नवनवीन शोधांचा जसा सकारात्मक-सदुपयोग केला जातो, तसाच त्याचा उपयोग संरक्षणात, युद्धात व संहार क्षमतेत वाढ करण्यासाठीही केला जातो. एआयचा त्याला कसा अपवाद असेल?

देशाच्या पातळीवर वेगवेगळ्या धोक्यांपासून संरक्षण करावे लागते. ते आतील अथवा बाहेरील शत्रूंपासून असू शकते. ते जमिनीवर, पाण्यात, हवेत तर करावेच लागते; पण आधुनिक युगात ते आभासी (व्हर्च्युअल, सायबर) विश्वातील धोक्यांपासूनही करावे लागते. कल्पना करा की आपले ड्रोन युद्धभूमीचे निरीक्षण करून देत आहेत, यंत्रमानवी-सैनिक गस्त घालीत आहेत, क्षेपणास्त्रे त्यांना दाखवलेल्या लक्षाचा वेध अचूकपणे घेत आहेत. अशा सर्व कामांमध्ये एआयचा प्रभावी वापर केला जाऊ शकतो, आणि मोठ्या प्रमाणात तो सुरूही झाला आहे. मानवी क्षतीची जोखीम कमी करणे, अचूकता वाढवणे, जेवढे युद्ध लांबून लढता येईल तेवढे पाहणे, हे सर्व एआयमुळे साध्य होत आहे. युद्धनीतीचा हा सारीपाट आता एआयच्या मदतीने अधिक सखोल, सर्वदूर, विविधांगी आणि कमीत-कमी नुकसान करणाऱ्या धोरणांचा क्रीडामंच झाला आहे. कोणत्या पद्धतीने युद्ध-संरक्षण विषयक कामांमध्ये एआय वापरले जाऊ शकते, ते पाहू.

युद्धमोहिमेच्या आखणीसाठी, उपग्रहाद्वारे गोळा केलेल्या माहितीचा उपयोग करून, आक्रमण करण्याच्या वाटा कोणत्या, रसद पुरवण्याचे रस्ते कोणते, सामुग्री-माणसे किती लागतील, असे सर्व ठरवता येते, गुप्तहेर न पाठवता. जवळच्या अंतरांसाठी ड्रोन्स ही कामे करतात. भूभागाचे प्रारूप (मॉडेल) बनवून त्याद्वारे आक्रमण कोठून व कसे करायचे याची रंगीत तालीमही करता येते. 'आभासी-संवर्धित वास्तव' ('व्हर्च्युअल रिॲलिटी, ऑगमेंटेड रिॲलिटी', ए-आर, व्ही-आर) या तंत्रज्ञानाने हे शक्य झाले आहे. जर-तरच्या गोष्टी तपासून पाहता येतात. नवीन सैनिकांना प्रशिक्षण देण्यासाठीसुद्धा अशा मॉडेल्सचा उपयोग केला जातो. नवीन युद्धसामुग्री कशी वापरायची, विमान कसे उडवायचे या प्रशिक्षणात एआर-व्हीआरचा वापर होतो. सीमेवर आपले जवान डोळ्यात तेल घालून पहारा देत असतात. आपल्या देशाची शेकडो किलोमीटरची सीमा पाहता थोड्या-थोड्या अंतरावर जवान ठेवणे आपल्याला शक्य नाही. येथे त्यांच्या मदतीला एआय-आधारित कॅमेरे येऊ शकतात. दिवस काय, रात्रीसुद्धा घडणारी संशयास्पद हालचाल टिपून ते सतर्क

करू शकतात. सियाचिनच्या बोचऱ्या थंडीत असो की कच्छच्या रणरणत्या उन्हात, दोन्ही ठिकाणी हे प्रभावीपणे काम करू शकतात.

'अरब स्प्रिंग'सारख्या उठावांमध्ये समाज माध्यमांचा (सोशल मीडिया) खूप मोठ्या प्रमाणात वापर झाला. देशांतर्गत होणाऱ्या दंगलींमध्येही अफवा व दिशाभूल करणारी माहिती वणव्यासारखी पसरवण्यात त्यांचा हात दिसून येतो. एआयचा वापर करून समाजमाध्यमांवर होणाऱ्या चर्चांवर लक्ष ठेवता येते. काही अनुचित वाटल्यास लगेच ठोस उपाययोजनाही करता येते.

अंतरजालाद्वारे (इंटरनेट) केवळ माणसेच जोडलेली नाहीत, तर यंत्रेही जोडलेली असतात. अशा नेटवर्क (जाल) वर आभासी हल्ला करणे शक्य असते. काही दिवसांपूर्वी आपल्याकडे काही महत्त्वाच्या भागांचा वीजपुरवठा खंडित झाला होता. त्यामागे आपल्या शेजारील शत्रूराष्ट्राचा हात असावा, अशी चर्चा झाली. अशा प्रकारचे सायबर हल्ले व्यक्तीला लक्ष्य करूनही केले जाऊ शकतात. बँकेतील पैसे गायब करणे यांसारखे गुन्हे, पारंपरिक युद्धाचे नसले तरी आभासी दुनियेत संपूर्ण समाजाला हतबल करू शकतात. आपल्याला आश्चर्य वाटेल, पण विविध आकर्षक ॲप्सद्वारे तुम्हाला मोबाईल-व्यसनी करणे हा सुद्धा एका युद्धाचा भाग असू शकतो.

भारतही संरक्षण क्षेत्रात एआयचा वापर वाढवत आहे. त्यासाठी नीती आयोग आणि संरक्षण मंत्रालयाने २०१८ मध्येच आखणी केली आहे. डिफेन्स एआय कौन्सिल (राष्ट्रीय एआय रक्षा परिषद) ची स्थापना मार्गदर्शनासाठी झाली आहे. 'अग्नी-डी', 'डीआरडीओ तरुण शास्त्रज्ञ प्रयोगशाळा' यांसारखे उपक्रम सुरू झाले आहेत.

एआय जरी बहुतेक वेळा प्रभावी काम करत असला तरी त्याच्याकडून चुका होऊ शकतात. मग प्रश्न उभा राहतो की, त्या चुकीची जबाबदारी कोणाची? शत्रूऐवजी स्वकीयच मारला गेला, तर? माणसे व यंत्रे जोडल्याने फायदे जरी अनेक असले, तरी सायबर हल्ला तुमच्या खिशापर्यंत (इस्रायलने घडवलेला पेजर हल्ला आठवतोय?) पोहोचतो आहे. यावर मार्ग काय? असे एक ना अनेक प्रश्न उभे राहतात. एआयचा वापर समजून-उमजून, सजगपणेच केला पाहिजे.

8

बहुभाषी 'कृत्रिम बुद्धिमत्ता'

पंचवीस-एक वर्षांपूर्वी कामानिमित्त काही महिने जपानमध्ये राहण्याचा योग आला होता. जपानी भाषेचे अगदीच जुजबी ज्ञान असल्याने रोजच्या व्यवहारात फलक वाचताना, स्थानिकांशी बोलताना नुसती भंबेरी उडायची. तेव्हा मोबाइल अत्यंत प्राथमिक अवस्थेत होते. भाषांतर करणारे, चित्रलिपीवरून अर्थ सांगणारे त्यात काहीही नसायचे. आता मात्र परिस्थिती एकदम बदलली आहे. दुभाष्याचे काम करणाऱ्या संगणक प्रणाल्या (ॲप्स) आता उपलब्ध आहेत. हा चमत्कार एआयमुळे शक्य झाला आहे. अनादी काळापासून भाषा हा मानवी जीवनाचा अविभाज्य भाग आहे. विविध ठिकाणी असणाऱ्या वेगवेगळ्या संस्कृतींचा आधार तेथील भाषा आहेत. नाते एवढे अतूट की अगदी अस्मितेपर्यंत पोहोचते कधी कधी. सुदूर प्रवासाच्या तसेच संभाषणाच्या सोयी जशा जशा वाढल्या आणि विविध संस्कृतीच्या लोकांशी संपर्क वाढला तशी त्यांची भाषा येण्याची गरज निर्माण झाली. दुभाषांचे महत्त्व वाढले. बहुभाषी असणे तर विद्वत्तेचे लक्षण समजले जाऊ लागले. पण इच्छा असूनही नवीन भाषा शिकणे हे सर्वसामान्य लोकांना कठीण जाते. त्यावर उपाय म्हणून भाषांतर करणाऱ्या प्रणाल्या (अल्गोरिदम्स) बनवण्यावर संशोधन सुरू झाले.

भाषांतर करणे हे अजिबात सोपे काम नाही. मानवालासुद्धा ते क्लिष्ट वाटते तर संगणकाचे काय घेऊन बसलाय. प्रथम शब्दाला-शब्द, नंतर शब्द-समूहाचा विचार करून नंतर वाक्यच्या-वाक्य यांचा विचार करून भाषांतर करणाऱ्या प्रणाल्या निर्माण झाल्या. एआयमधील 'न्यूरल नेटवर्क्स' ने यात क्रांती घडवली. तेव्हापासून भाषांतरातील कृत्रिमता कमी कमी होऊन मानवी बोलचालीप्रमाणे भाषांतर होऊ लागले आहे. जसा जसा वापर वाढेल तसे तसे नवीन नवीन भाषांचे आकृतिबंध (पॅटर्न्स) येतील, ते एआयच्या प्रशिक्षणात वापरले जातील तशा त्या प्रणाल्या, भाषा-प्रारूपे (लँग्वेज मॉडेल्स) अधिक प्रबुद्ध व प्रभावशाली होतील. पण संस्कृतीचे सर्व आयाम, मानवी भावना, प्रचलित वाक्प्रचार, पूर्वग्रह, इतिहासातील संदर्भ-वाक्ये, स्थानिक-बोली भाषेचे रंग, विशिष्ट तांत्रिक शब्द, हे सर्व एआयच्या प्रशिक्षण माहितीत (डेटा, विदा) मध्ये क्वचितच असल्याने, अजूनही तज्ज्ञ मानवी दुभाषाला पर्याय नाही. भाषा साधी, सोपी, रोजच्या व्यवहारातील असेल तर एआय फार व्यवस्थित काम करताना दिसते.

सध्या भाषांतराच्या ॲप्समध्ये गुगल ट्रान्सलेटसारख्या प्रणाल्या १०० हून अधिक

भाषांमध्ये काम करू शकतात. *त्यात बहुभाषी भाषांतर तर आहेच, पण चित्रातून लिपी ओळखून अर्थ काढणे, लिहिलेलेच नाही तर, बोललेलेपण भाषांतरित करणे, या गोष्टी ते लीलया करते.* चॅटजिपीटीसारख्या संभाषण प्रणाल्या पण बहुभाषी होत आहेत. भारतीय भाषांसाठी अजून खूप प्रभावी नसले तरी, कामचलाऊ मात्र आहे. भारतातही याविषयीही चांगले काम चालू आहे. पंतप्रधान मोदी यांनी 'काशी तामिळ संगमम' मध्ये केलेले हिंदीतील मनोगत, 'भाषिणी' प्रणालीने तेथल्यातेथ तामिळमधून ऐकवले. भाषणांचे केवळ भाषांतरच नाही इतर काही ॲप्स वापरून तुम्ही चित्रफितींना अनुवादित वेगळ्या भाषेत उपशीर्षके (सबटाइटलींग) देणे, संवादाचे वेगळ्या भाषेत रूपांतर करणे (डबिंग), अशा अनेक गोष्टी करू शकता. एकाच मजकुरापासून त्याचे अनेक भाषांमध्ये रूपांतर स्वयंचलित पद्धतीने करता येत असल्याने श्रम, पैसे व वेळेची मोठी बचत होते. तुमचे कार्यक्षेत्र जरा हटके असले तर त्यासंदर्भात अजून उदाहरणे देऊन, शब्द-संग्रह देऊन, एआयच्या प्रणाल्या त्या त्या क्षेत्रासाठी अजून विशेष-समृद्ध करता येतात. या दुभाषी प्रणाल्यांचे असे असंख्य फायदे आहेत. कामाचा जबरदस्त वेग, किफायतशीर, चोवीस तास न थकता न विश्रांती घेता काम करणे आणि एकाच नाही तर अनेक भाषांमध्ये, अनेक कार्यक्षेत्रात काम करणे जमत असल्याने एआय आधारित भाषांतराला तोड नाही.

बदल होत असलेल्या जगात, नोकरी-धंद्यासाठी अथवा प्रवासासाठी, केवळ मराठी-हिंदी-इंग्रजी येऊन भागणार नाहीये. वेगवेगळ्या देशातून भारतीयांना होणारी मागणी पाहता जर्मन, जपानी, कोरियन, अरेबिक आणि हिब्रूसारख्या भाषा आपल्याला वापराव्या लागल्या तर काही नवल नाही. तर भांबावून न जाता, अगदी सुरुवातीला का होईना, मोबाईलमधील भाषांतर करणाऱ्या एआयच्या प्रणाल्या तुमच्या नक्की कामास येतील. अगदी स्थानिकांसारखे बोलायचे असल्यास मात्र सध्यातरी तुम्हालाच त्या भाषा शिकाव्या लागतील, हे खरे. *"वाकारीमास का?"*

9

तिसऱ्या मेंदूची 'तिसरी घंटा'

कल्पना करा, कामानिमित्त परगावी गेलेले आहात. कंपनीतून सायंकाळी हॉटिलवर परत आल्यावर घराच्या आठवणी सुरू होतायत. विरंगुळा म्हणून मोबाईलवर गाण्याचे ॲप सुरू करताच शिफारस येते , राग मारवा. धक्का बसला ना! हा जादूटोणा नसून त्या ॲपमधील एआय तुमचे मन-मूड ओळखतो आहे याचे लक्षण आहे. गाणी सुचवण्यापासून ते गाण्यांना चाल देणे, नाटके-पटकथा लिहिणे, प्रसिद्ध व्यक्तीचा हुबेहूब आवाज तयार करणे अशा अनेक गोष्टींसाठी एआयचा वापर होत आहे. इतर क्षेत्रांप्रमाणे करमणूक विश्वातही एआयने जोरदार प्रवेश केला आहे. त्याची काही उदाहरणे पाहूया.

गाणी, सिनेमे आणि व्हिडीओ सुचवणारे ॲप्स कसे काम करतात? प्रामुख्याने दोन प्रकारे , तुम्ही पूर्वी पाहिलेल्या गोष्टींशी साधर्म्य असणाऱ्या किंवा तुमच्यासारखी इतर माणसे काय पसंत करतात त्यानुसार. जेवढी तुमची माहिती (विदा, डेटा) त्या ॲपसकडे जास्त तेवढी त्यांची साधर्म्य ओळखण्याची क्षमता जास्त. याचा फायदा असा की तुम्ही त्या ॲपसवर जास्त वेळ खिळवून ठेवले जाणार, तेवढेच त्यांचे जाहिरातींचे उत्पन्न जास्त. तुमचे 'लक्ष' किंवा 'अवधान' हे चलनी नाणे झाले आहे.

पूर्वी व्यंगचित्रांचे चलचित्रपट (कार्टून ॲनिमेशन) हे मोठे जिकरीचे काम असायचे. कोठल्याही कृतीचे अनेक छोट्या छोट्या भागात विभागणीकरून प्रत्येकाचे अचूक चित्र हाताने काढावे लागे, रंगसंगती सांभाळून. एआयमुळे हे काम आता सुलभ झाले आहे.

द्विमितीयच (टुडी) नाही तर त्रिमितीय (थ्रीडी) ॲनिमेशन अधिक वास्तवदर्शी झाले आहे. वाहती हवा, समुद्राच्या पाण्याचे तुषार, प्राण्यांच्या त्वचेचा पोत इत्यादी बारीक सारीक गोष्टी दाखवणे तंत्रज्ञानाने शक्य झालेले दिसते. डिस्ने चे चित्रपट तर फारच पुढे गेलेले आहेत या बाबतीत. भारतीय चित्रपटही यात बिलकुल मागे नाहीत. संगणकीय रंग-रेखाटनाने (कॉम्प्युटर ग्राफिक्स, सीजी) चित्रपटातील काल्पनिक दृश्ये खरीखुरी वाटायला लागतात. पूर्वीच्या टीव्ही मालिकांतील बाण-युद्ध आता जरा कृत्रिम वाटायला लागते. हजारोंची सेना दाखवणे 'सीजी'च्या माध्यमातून शक्य होत आहे.

याचीच पुढची पायरी म्हणजे 'मेटा व्हर्स' सारखी आभासी दुनिया. त्यात शहरे असतात ज्यात तुम्ही घर घेऊ शकता, राहू शकता, खरेदी विक्रीचे व्यवहार करू शकता. संगणकीय खेळांमध्येही (गेमिंग) तंत्रज्ञानाची प्रगती प्रकर्षाने जाणवते. पूर्वीच्या गेम्स

आठवा आणि आजच्या फिफा फुटबॉल किंवा 'कॉल ऑफ ड्युटी' सारख्या गेम्स पाहा.. जमीन-अस्मानाचा फरक आहे. आपण क्रीडांगणात उपस्थित आहोत असाच भास होतो. खेळाडू पळताना त्यांच्या क्रिया, त्याप्रमाणे बदलणाऱ्या सावल्या, चेहऱ्यावरचे बदलते हावभाव मानवी वाटायला लागले आहेत.

गीताला चाली देणे, पार्श्वसंगीत, दोन कडव्यांमधील वाद्यवृंदाचे संगीतीय-तुकडे हे बनवण्यास एआय मदत करू शकते. ओपनएआयचे म्यूझनेट किंवा गुगलच्या मॅजेन्टाने असे तुकडे बनवता येतात. वेगवेगळे सांगीतिक प्रयोगही करता येतात. कालवश झालेल्या गायकांचा आवाजही वापरता येऊ शकतो हे प्रसिद्ध संगीतकार ए आर रेहमान यांनी दाखवून दिले आहे (अर्थात त्या गायकांच्या कुटुंबाच्या परवानगी नंतर). बोलण्याचा आवाज बदलणे, वेगवेळ्या भाषेत ध्वनिमुद्रण (डबिंग) करणे शक्य आहे.

कोणताही चित्रपट फक्त चित्रीकरण संपले म्हणून तयार होत नाही. विविध दृश्यांचे नीट संकलन केले जाते. कोठे कापायचे, कोठे जोडायचे जेणेकरून दृश्य गतिमान वाटेल यांसारखे परिणाम हे कुशल संपादनाने (एडिटिंग) साधता येतात. यातही एआयची मदत होते. 'रनवे एम एल', अडोबीचे 'सेन्सेई' यांसारखी ऍप्स संपादनातील क्लिष्टता कमी करून दर्जेदार काम करायला मदत करतात. पूर्वी 'चाललेल्या' कथानकानुसार नवीन पटकथा लिहिणे एआयच्या माध्यमातून शक्य झाले आहे. दिलेल्या सूचनेप्रमाणे कथा-दृश्य (सीन) बनवणे, संवाद लिहिणे, इत्यादी करता येते. हॉलिवूडमधील चित्रीकरणगृहे (स्टुडिओ) यासंदर्भात काम करीत आहेत.

जोड-तोड करून व्हिडिओ अगदी खऱ्यासारखे एवढे हुबेहूब बनवणे शक्य असल्याने त्याचा चुकीचं वापर होताना सुद्धा दिसतो. अशा 'डीप फेक' (बनावटी) व्हिडीओंनी प्रसिद्ध तारे-तारकांनाच नाही, नेतेमंडळींनांच नाही तर सामान्य जनतेलाही त्रस्त केले आहे. 'दिसतं तसं नसतं म्हणून जग फसतं ' हेच खरे वाटायला लागते. करमणूक क्षेत्रात एआयचा वापर दिवसेंदिवस वाढतच जाणार आहे. कशावर विश्वास ठेवायचा हा नीर-क्षीर विवेक बाळगावा लागणार आहे. आपल्या जीवनाच्या रंगमंचावर एआयचे आगमन झाले आहे आणि तिसरी घंटा वाजते आहे!

10

शिक्षणक्षेत्रासाठी प्रभावी साधन

पुण्यातील एका अभियांत्रिकी महाविद्यालयात 'अतिथी अध्यापक' म्हणून शिकवताना एक गोष्ट सध्या लक्षात येत आहे की, नवनवीन तंत्रज्ञानामुळे विद्यार्थ्यांच्या 'माहिती'च्या कक्षा रुंदावल्या असल्या, तरी 'विचार क्षमता'कक्षा आकुंचन पावत आहे. वर्गात प्रश्न विचारल्यावर उत्तर शोधण्यासाठी विचार करायच्याऐवजी हात चॅटजिपीटीकडे वळतात. एवढेच नव्हे, तर एआय शिक्षणाच्या विविध अंगांमध्ये प्रवेश वाढत आहे. औद्योगिक आणि सामाजिक गरजांमुळे सरकारही शिक्षणात एआयच्या वापरास प्रोत्साहन देत आहे. यंदाच्या केंद्रीय अर्थसंकल्पात अर्थमंत्री निर्मला सीतारामन यांनी एआयच्या आधुनिक दर्जाची केंद्रे स्थापन करण्यासाठी ५०० कोटी रुपयांची तरतूद केली आहे. तसेच, युनेस्कोने २०२५ चा आंतरराष्ट्रीय शिक्षण दिन 'एआय आणि शिक्षण' याला समर्पित केला आहे. करोना काळात शाळा-विद्यालये बंद असल्याने दूरस्थ (रिमोट) शिक्षणाबरोबरच एआय आधारित ॲप्सचा खास करून स्वशिक्षणासाठी मोठ्या प्रमाणात वापर सुरू झाला होता तो आता इतर प्रक्रियांमध्ये पण सुरू झाला आहे. एकंदरीतच एआयचा शिक्षण क्षेत्रात कसा वापर होतो आहे, केला जाऊ शकतो ते संक्षेपात पाहुयात.

प्रत्येक वर्गात सर्वसाधारणपणे काही विद्यार्थी अतिशय हुशार असतात, काही सामान्य तर काहींना शिकणे कठीण जाते. शिक्षकांना सर्वसामान्य विद्यार्थ्यांसाठी शिकवावे लागते. त्यामुळे हुशार विद्यार्थ्यांना कंटाळा येतो, तर काहींना शिकवलेले डोक्यावरून जाते. यावर उपाय म्हणजे एआयच्या मदतीने वैयक्तिकृत (पर्सनलाईझ्ड) शिक्षण. आकलनाच्या गतीनुसार धडे-संकल्पनांची क्लिष्टता कमी-जास्त करता येते. एआय आधारित असे वैयक्तिक मार्गदर्शक उच्च-नीच, गरीब-श्रीमंत ह्या दऱ्या जागतिक स्तरावर कमी करत आहेत. शिक्षण सर्वांसाठी माफक दरात उपलब्ध होत आहे. नवीन भाषा शिकण्यासाठी ड्यूओ लिंगोसारखे असंख्य मंच उपलब्ध झाले आहेत, घरबसल्या व फुकट वापरण्यासाठी. सुप्रसिद्ध 'खान अकॅडमी' सुद्धा एआयचा चॅटबॉट स्वरूपात उपलब्ध आहे. त्याची विशेषता ही की विद्यार्थ्यांनी विचारलेल्या प्रश्नांना तडक उत्तर न देता (मग?) काही संकेत (हिंट) देऊन उत्तराकडे वळवले जाते. याने जास्त चांगले शिक्षण होते. हे एआय-रुपी शिक्षक तुमच्या प्रश्नांना उत्तर द्यायला कायम २४x७ उपलब्ध असतात, आणि चुका झाल्या तरी 'छडी लगे छमछम' नाही!! समजा, पाठ्यपुस्तकात एखादे इंजिन कसे चालते याची

माहिती आहे, पण नुसत्या चित्रावरून कितीसे कळणार. तेथेच क्यू-आर कोड दिला असेल तर ऍपमध्ये त्या इंजिनचे चलन (ऍनिमेशन) दिसू शकते. एवढेच नाही तर काही शैक्षणिक प्रयोग चक्क आभासी प्रयोगशाळेत (वर्चुअल लॅब) मध्ये करता येतात. पुण्यातील शासकीय अभियांत्रिकी विद्यालयाने (सीओईपी) हा उपक्रम केला आहे. फायदा फक्त विद्यार्थ्यांनाच नाही, तर शिक्षकांनाही आहे. उत्तरपत्रिका तपासण्यासारखे जिकिरीचे काम नाही. एकेकाची अक्षरे, बहुरंगी भाषा पाहून सहनशीलता पणाला लागू शकते आणि एवढे करूनही माझा इथे १ मार्क का कापला असे विचारायला विद्यार्थी तयार. एआय-आधारित प्रणाली या तपासणीचे काम सोपे करू शकतात. या प्रणाली हस्ताक्षर ओळखतात, उत्तरे तपासतात आणि निबंधांनाही यथोचित गुण देतात. मार्कांचा अभ्यास करून विद्यार्थ्यांना कोठला विषय कळला नाहीये याचे अनुमान काढून तो पुन्हा शिकवता येऊ शकतो. फक्त उत्तरे तपासण्यातच नाही तर प्रश्न पत्रिका काढण्यातही एआयचा प्रभावी वापर होतो. काही धडे देऊन, पाहिजे असलेल्या क्लिष्टतेची प्रश्नपत्रिका तयार मिळू शकते. एआयची अजून एक मदत म्हणजे शैक्षणिक मजकूर, नोट्स बनवणे, स्लाईड्स तयार करणे इत्यादी.

संशोधन करणाऱ्या विद्यार्थ्यांसाठी 'पेरप्लेक्सिटी' आणि 'चॅटजीपीटी' आधारित 'डीप रिसर्च' प्रणाली वरदान ठरत आहेत. यामुळे केवळ साहित्य सर्वेक्षण(लिटरेचर सर्वे) नव्हे, तर नवीन संशोधन पेपर लिहिण्यातही मोठी मदत होते. एवढे सगळे फायदे दिसत असताना काही तोटेसुद्धा समोर येत आहेत. शिक्षकांना भीती नोकरी जाण्याची. पण ते खूप खरे नाही. मानवी शिकवण्याला तोड नाही, तेही हाडाचा शिक्षक असेल तर. आठवा तुमचे आवडते शिक्षक. त्यांच्याकडून विद्यार्थी केवळ विषयच शिकत नसतो तर त्याला घडवण्याचे काम होत असते. ते मात्र अजून एआयला जमलेले नाही.

11

माणसाला गवसलेली नवसंजीवनी

आजही जगातील अर्ध्याहून अधिक लोकांना वैद्यकीय उपचार सहजपणे उपलब्ध नाहीत. विशेषतः ग्रामीण भागातील दवाखान्यांपुढील रांगा, रुग्णालयातील गर्दी असे विदारक चित्र दिसते. भारतात तर लोकसंख्येसाठी पुरेसे डॉक्टर्सच नाहीत. याचे कारण म्हणजे सरकारी वैद्यकीय शिक्षणाच्या संधी अपुऱ्या असून खाजगी शिक्षण सर्वसामान्यांच्या आवाक्याबाहेर गेले आहे. या दुर्व्यवस्थेला काही उपाय आहे का? होय, आहे. एक आशेचा किरण म्हणजे एआय. मागणी आणि पुरवठ्यातील दरी भरून काढण्यासाठी एआय विविध रूपांत आणि प्रक्रियांमध्ये कसे उपयोगी पडते ते पाहूया.

आपल्याला बरे वाटत नसेल किंवा काही आजार असेल तर पहिली पायरी असते रोगनिदान. निदान जितके अचूक, तितकी पुढील उपचारयोजना प्रभावी ठरते. एक्स-रे चित्रांवरून (स्कॅन) एआय अचूकपणे रोग ओळखू लागले आहे. हाड मोडलेले ठिकाण किंवा कर्करोगाच्या गाठी एआय सहज शोधू शकते आणि अनेक वेळा मानवी निदानापेक्षा अधिक अचूकतेने. कारण एआयने मानवी डॉक्टरच्या तुलनेत अनेक पटीने जास्त स्कॅन्स अभ्यासलेले असतात. काही आजार अनुवांशिक असतात आणि त्यांच्या शक्यता गुण सूत्रांच्या अभ्यासावरून ठरवता येतात. मधुमेह, हृदयरोग यांसारखे आजार आधीच ओळखण्यात एआय प्रभावी ठरते.

ऍस्ट्राझेनेका या कंपनीने एआय-मशीन लर्निंग वापरून १००० हून अधिक रोग निदान करण्याचे प्रारूप (मॉडेल) बनवले आहे. व्यक्ती तितक्या प्रकृती असल्याने, जरी तोच आजार असलातरी उपाययोजना सरधोपटपणे तीच ती करून चालत नाही. रुग्णाचा समग्र अभ्यास करून औषधे ठरवणे सर्वांत उत्तम. अशी वैयक्तिक उपचारयोजना एआयने शक्य होते. रुग्णाचा वैद्यकीय इतिहास, औषधोपचार, चाचण्या, कुटुंबाचा इतिहास, गुणसूत्रांची माहिती या सर्वांच्या आधारे एआय रुग्णाचे मॉडेल तयार करते, कर्करोगासारख्या आजारांसाठी योग्य उपचार सुचवू शकते. शस्त्रक्रियेच्या क्षेत्रात, जेथे मानवी डॉक्टरचे परमोच्च कौशल्य पणास लागते तेथेही यंत्रमानवाच्या रूपाने एआयचा शिरकाव(!) झाला आहे. विशेषकरून गुडघ्याच्या शस्त्रक्रियेच्या तशा जाहिरातीही तुम्ही पहिल्या असतील. कमी छेद घेऊन, आरोग्य घटकांवर सतत लक्ष ठेवून, जोखीम कमी करण्यात एआय मदत करते.

मोठ्या रुग्णायालात अनेक रुग्ण उपचार घेत असल्याने तेथील विभागांचे व्यवस्थापन मोठे जिकिरीचे काम असते. डॉक्टरांचे वेळापत्रक, मोठ्या-खर्चिक यंत्रांच्या वेळांचे नियोजन, आर्थिक व्यवहार, मामा-मावश्या इत्यादी सहकाऱ्यांचे नियोजन, अशा एक ना अनेक गोष्टी असतात. एकाच रुग्णाच्या विविध चाचण्या, त्याच्यावर विविध तज्ञ (स्पेशालिस्ट) त्यांच्या कार्यक्षेत्राप्रमाणे सुचवत असलेले उपाय, योजना हे सर्व सुसंबद्ध रीतीने साठवून आणि जरूर असलेली गोपनीयता पळून वापरावे लागते. या नियोजनास तंत्रज्ञान मदत तर करतेच पण साठवलेल्या डेटाचा आधार घेऊन भविष्यातील उपाय योजना सुचवता येतात. ग्रामीण भागात मोठी रुग्णालये नसल्याने रुग्णांसाठी दूरस्थ निदान (रिमोट डायग्नोस्टिक) आणि औषधोपचार (टेलीमेडिसिन) उपयोगी पडतात.

भारत सरकारच्या 'भारतनेट' योजनेमुळे गावोगावी वेगवान इंटरनेट पोहोचत आहे, ज्यामुळे वैद्यकीय सेवा सुदूर पोहोचवता येतील. संगणकीय आरोग्यसेवा (डिजिटल हेल्थकेअर) झपाट्याने वाढत आहे. यावर्षी या क्षेत्राचा जागतिक बाजार ५०० अब्ज डॉलर्सपर्यंत पोहोचेल असा अंदाज आहे. अगदी वैयक्तिक स्वरूपाच्या, ढोबळमानाच्या अंदाजांसाठी मोबाईलमधील ऍप्ससुध्या काही प्राथमिक निदानाच्या गोष्टी सांगू शकतात. मोठी वैद्यकीय उपकरणे एआयचा वापर करत आहेत. वैद्यकीय संभाषण प्रणाली (मेडिकल चॅटबॉट्स) रुग्णांच्या शंकानिरसनासाठी बाजारात येत आहेत.. चॅटजिपीटी सारखेच पण वैद्यकीय प्रश्नाचे तज्ञ अशी बृहत भाषा प्रारूपे (लार्ज लँग्वेज मॉडेल्स, एल-एल-एम्स) प्रशिक्षित होत आहेत. भारतीय भाषांमध्ये त्यांची प्रारूपे बनवणे हे आपल्यापुढी मोठे आव्हान (आणि फार मोठी संधी) आहे. त्यांचा वापर करून विविध आरोग्यसेवा निर्माण करणे हे नवउद्योगांना (स्टार्टअप्स) शक्य आहे. हे सारे क्षेत्र असे आहे की ज्यातील सेवांना-व्यवसायांना 'मरण' नाही. भारतातील डेटा उपलब्धतेवर आणि त्यावर प्रारूपे प्रशिक्षित करण्याचे तंत्रज्ञान आत्मसात करून या क्षेत्रात आपण मोठी भरारी मारली पाहिजे.

तंत्रज्ञान कितीही प्रगत झाले तरी मानवी डॉक्टरच्या आश्वासक बोलण्याला, कौशल्याला आणि अनुभवसिद्ध निदानाला पर्याय नाही. मात्र, जेथे डॉक्टर उपलब्ध नाहीत किंवा त्यांच्यावरचा ताण कमी करायचा आहे, तिथे एआय उपयुक्त ठरू शकते. त्यामुळे आपण एआयचे स्वागत केले पाहिजे.

12

'कृत्रिम बुद्धिमत्ता' तुमच्या घरात

पूर्वी कुटुंबे मोठी होती. कामे आपापसात वाटून केली जायची. सध्या छोटी कुटुंबे प्रचलित असल्याने घरकामात मदतनीस-मावश्यांबरोबरच यंत्रांचीसुद्धा सर्रास मदत घेतली जाते. ही यंत्रे नेमून दिलेलं काम इमानेइतबारे करत असली तरी कधी काय करायचं किंवा कसं करायचं असं काही डोकं लावत नाहीत. पण यातही बदल होत आहेत. या गोष्टी हुशार ('स्मार्ट') होत चालल्या आहेत. कपड्यांचा प्रकार, पोत (टेक्श्चर) बघून कपडे कसे व किती वेळ धुवायचे हे वॉशिंग मशीन ठरवू लागले आहे. याच्या मागे एआय असते. हेच नाही तर अशा अनेक प्रकारे एआय आपल्या घरात 'शिरले' आहे, त्यातील काही उदाहरणे पाहुयात. ऊर्जेचे (इंधन, वीज) भाव दिवसेंदिवस वाढतच आहेत. जशी जशी नवीन यंत्रांची गरज भासत आहे तशीच विजेची मागणी वाढत आहे. त्यामुळे वाढणाऱ्या खर्चाला आळा घालण्यासाठी म्हणजेच विविध उपकरणांचे ऊर्जा नियोजन करण्यात एआय मदत करते. 'स्मार्ट' मीटर आता विजेची बचत करणे, देखभाल करणे यांसारखी कामे करून आपले पैसे वाचवतात. या मीटरमध्ये, वीज-वापरासंबंधीचा 'डेटा' (माहिती, विदा) अभ्यास करून एआय मॉडेल्स निर्णय घेत असतात. सरकारसुद्धा आपल्या पातळीवर 'स्मार्ट' ग्रीडचा वापर करून वीज नियंत्रणात सुसूत्रता आणत आहेत.

'अलेक्सा', 'गुगल होम' सारखी संभाषण-यंत्रे दिलेल्या आवाजी-आज्ञा समजतात. एखादे गाणे लावणे, प्रश्नांना उत्तरे देणे, हवामानाचा अंदाज सांगणे, घरातील 'स्मार्ट' यंत्रे चालू-बंद करणे यांसारखी कामे ते करतात. याच्यामागे एआयमधील 'नैसर्गिक भाषा प्रक्रिया' (नॅचरल लँग्वेज प्रोसेसिंग, एन-एल-पी) आणि ध्वनीविषयक प्रणाल्यांचा वापर केला जातो. एकच क्रिया आपण वेगवेगळे शब्द वापरून सांगतो ते त्याला कळते. आता भारतीयांनी केलेले इंग्रजी उच्चारच नाही तर काही भारतीय भाषासुद्धा त्यांना कळायला लागल्या आहेत. संध्याकाळी प्रकाशाचा अंदाज घेत एआय घरातील दिवे लागणीची वेळ अचूक पाळतो. सांजवेळेस पडदे लावून घेणेच नाही तर घरातील बागेतील झाडांना जमिनीतील आर्द्रता बघून यथोचित पाणी देणे पण. आपण घरी येण्याच्या वेळेचा अचूक अंदाज बांधून, एआय घरातील वातानुकूल-यंत्रणा (एअर कंडिशनिंग, ए-सी) पाच-एक मिनिटे आधीच चालू करून, तुम्हाला आल्याआल्या थंडगार वाटेल अशी व्यवस्था करून ठेऊ शकतो. दिवसभरात नेहमीपेक्षा काही वेगळ्या अथवा विसंगत हालचाली

कॅमेरात दिसल्या तर तुम्हाला सतर्क करू शकतो. केवळ घरचंच नाही तर सोसायटीच्या व शहराच्या पातळीवर पण सी-सी-टी-व्ही कॅमेरे हालचालींवर नजर ठेऊन असतात. अशा प्रकारे तुमचे राहणे जास्त सुखकारक आणि सुरक्षित करण्यास एआय मदत करते.

एआयमुळे करमणूक क्षेत्रातही मोठे बदल झाले आहेत. घरात प्रामुख्याने टीव्हीवर किंवा मोबाईलद्वारे आता मनोरंजनाचे कार्यक्रम बघितले जातात. लोकांच्या आवडीनुसार योग्य वेळेला योग्य तो कार्यक्रम सुचवणे एआयला जमते. सभोवतालच्या प्रकाशाचा, आवाजाचा अंदाज घेत 'स्मार्ट' टीव्ही आपले दृक-श्राव्य नियोजन करतात. मोबाईलवर तर करमणुकीच्या ॲप्स ची गणतीच नाही. त्यातही वैयक्तिक सूचना येतात. केवळ करमणूकच नाही तर शैक्षणिक अभ्यासात मदत करण्यात एआय प्रभावी भूमिका घेत आहे. झाडू मारण्यासारखे पाठ-मोडीचे काम आता यंत्रमानवी रोबो करतात. आपले आपण सर्व कानाकोपऱ्यात जाऊन स्वच्छता करतात. जमिनीचा-फरशीचा प्रकार बघून, गालिचाचा पोत बघून ते कसे साफ करायचे हे एआय ठरवू शकतो. हे सर्व काम सांगेल तेव्हा करतो, न कंटाळता व न खाडा करता.

आपल्या स्वास्थासाठी व्यायामशाळेसारखी (जिम) उपकरणे, आरोग्य घटकांवर लक्ष ठेवणारी यंत्रे घरातच वापरणे सुरू झाले आहे. काही तर परिधानही (वेअरेबल) करता येतात. तुमच्या नाडीचे ठोके बघून, प्राणवायूची पातळी बघून, किंवा झोपेचे प्रकार (पॅटर्न्स) बघून योग्य तो सल्लाही दिला जातो. त्यामुळे घरच्याघरी तंदुरुस्तीच्या मार्गांवर राहता येते. अजूनतरी खूप प्रचलित नसले तरी एआय-यंत्रमानव घरातील स्वयंपाकी झाले तर आश्चर्य वाटायला नको. काही रेस्टॉरंटमध्ये याची सुरुवात झाली आहे. घरातील फ्रिजमध्ये ज्या वस्तू दिसत आहेत त्यानुसार कोठले पदार्थ बनवणे शक्य आहे ते एआय सुचवू शकतो. काही गोष्टी कमी पडत असतील तर आपणहून मागवून घेऊ पण शकतो.

स्वप्नवत वाटत असलेतरी एआयच्या या फायद्यांसोबत काही गोष्टींची काळजी पण घ्यावी लागणार आहे. तुमच्या घरातील लोकांविषयी, त्यांच्या राहणीमानाविषयी आणि एकंदरीतच आयुष्याविषयी या एआय-आधारित यंत्रांना इतके माहिती होणार आहे की त्याचा गैरफायदा घेण्याची शक्यता पण निर्माण होऊ शकते. ज्या कंपन्या तुमच्या डेटा गोपनीयतेची खात्री देतात, ज्यांच्यावर तुमचा विश्वास आहे अशाच कंपनीच्या एआय रुपी मदतनिसाला घरात घ्यायला पाहिजे, नाही का?

13

'वंडर कार' वास्तवात !

भारतातील मालवाहतूक क्षेत्राला दररोज साठ हजार कोटी रुपयांचे नुकसान होते, असे एका अभ्यासात लक्षात आले. वाहने वाहतूककोंडीत अडकतात, वेळ, इंधन वाया जाते, शिवाय मनस्तापही होतो. आपणही हा त्रास अनुभवलाच असेल. अशा वेळी वाटते, कोणी दुसऱ्यानेच आपली गाडी चालवली तर? गर्दी टाळून लवकर पोहोचवले तर? हे आता एआयमुळे शक्य होत आहे. कार, ट्रक स्वयंचलित होत आहेत. जलद पोहोचवणारा मार्ग एआय सुचवत आहे. आरामदायी प्रवासाचे दिवस सर्वसामान्यांसाठी काही दूर नाहीत. फक्त स्वयंचालनातच नव्हे तर वाहतूकक्षेत्रातील इतर गोष्टींमध्ये पण एआयचा वापर मोठ्या प्रमाणात होतो आहे त्याची काही उदाहरणे पाहुयात.

'वेअमो' कंपनीच्या स्वयंचलित गाड्या सॅन फ्रान्सिस्कोच्या रस्त्यांवर धावत आहेत. या गाड्या 'लायडार' कॅमेऱ्यांच्या मदतीने त्रिमितीय चित्रण करतात, सभोवतालचा अंदाज घेतात, रस्ता ओळखतात आणि अडथळा नसेल तर मार्गक्रमणा करतात. वाहतूक दिवे आणि इतर सुरक्षा चिन्हेही त्या ओळखतात व त्यानुसार निर्णय घेतात. पहिल्यांदा प्रवास करणाऱ्यांना स्टिअरिंग व्हील आपोआप हलताना पाहून जरा भुताटकी वाटू शकते पण तेवढ्यापुरतेच. गंतव्यापर्यंत आरामात सोडल्यावर तंत्रज्ञानाचे कौतुकच वाटते.

चौकात उभे ठाकलेले वाहतूक नियंत्रक दिवे (सिग्नल) आपल्या संयमाची परीक्षा घेत असतात. गर्दी कमी असुदे वा जास्त ते आपल्या ठरलेल्या वेळेप्रमाणे रंग बदलत असतात. मात्र, एआयच्या मदतीने सिग्नल्स गर्दीनुसार कमी-अधिक वेळ चालवता येतात. लॉस अँजेल्ससारख्या शहरात हे सुरू आहे. पुण्यातही असे एआय-सिग्नल्स वापरण्यात येणार असल्याचे वाचले होते. गुगल मॅप्ससारख्या मार्ग-दर्शक ऍप्समध्ये रंगाद्वारे रहदारीची घनता दाखवली जाते, लागणाऱ्या वेळेचा अंदाज घेता येतो त्यानुसार मार्ग (शक्य असेल तर) बदलता येतो. याने वेळ, इंधन आणि चिडीचिड कमी होऊ शकते. वस्तू-सामान पोहोचवणाऱ्या 'युपीएस' सारख्या अमेरिकेतील कंपन्या एआय द्वारे मार्ग-नियोजन करून मोठी बचत करतात. आपल्याकडेही केवळ मालवाहतूकच नाही तर अगदी शहरात चालणाऱ्या बसेस यांचेही मार्ग नियोजन एआयद्वारे केले जाऊ शकते. त्यामुळे अगदीच रिकाम्या किंवा खचाखच भरलेल्या बस आपल्याला पाहाव्या लागणार नाही, नागरिकांचा प्रवासही सुकर होईल.

सध्या जोरात प्रचलीत होत असलेले 'ड्रोन्स' ही एआयचा वापर करतात. त्यांच्यातले कॅमेरे टिपत असलेल्या दृश्यातून मार्ग-ठरवणे, इप्सित ठिकाणापर्यंत पोहोचलो का ते ठरवणे, अशा गोष्टी करतात. ड्रोन्स ने भूभाग आरेखन, पीकांचे स्वास्थ्य ठरवणे, शहरातील अतिक्रमणे ओळखणे हे तर शक्य आहेच पण त्याशिवाय वस्तूंची ने-आण पण करता येते. त्याच्या या बहुविध कामांमध्ये एआय मदत करते. यांचा वाढता वापर पाहता नवउद्योजकांनी या तंत्रज्ञानाकडे जरूर लक्ष द्यावे.

वाहतुकीतील गाड्यांच्या देखभालीमध्येही एआयचा वापर वाढला आहे. बऱ्याचशा गाड्यांमध्ये आता अनेक संवेदके(सेन्सर्स) बसवलेले असतात. त्यातून येणाऱ्या डेटा (माहिती, विदा) चे परीक्षण करून कोठे बिघाड झाला आहे का किंवा होणार आहे का त्याचा अंदाज बांधता येतो. अचानक होणाऱ्या बिघाडाची अथवा अपघाताची शक्यता कमी होते.

वाहतूक सेवा वापरण्याच्या सुलभतेसाठी एआय आधारित संभाषण प्रणाल्या (चॅट बॉट) चांगले मदतनीस ठरू शकतात. विविध मार्ग सुचवणे, तिकिटे काढणे, वेळापत्रक इत्यादी अनेक प्रश्नांचे निरसन करू शकतात, तेही २४ x ७ आणि कपाळावर आठी न आणता!! पेट्रोल, डिझेल सारख्या पारंपरिक इंधनांपासून विजेवर धावणाऱ्या गाड्यांकडे आपण वळत आहोत. त्यातील महत्त्वाचा घटक म्हणजे 'बॅटरी'. चांगल्या कार्यक्षमतेत चालण्यासाठी चार्जिंग कधी आणि किती करावे याचे नियोजन एआय करतो. यामुळे बॅटरीचे आयुष्य वाढते. एआयचे एवढे फायदे असले तरी काही समस्या जरूर आहेत. आकाशात उडणारे ड्रोन्स जमिनीवरचे सर्वच टिपत असल्याने खाजगी, संवेदनशील किंवा संरक्षित क्षेत्रांवर उडवले गेले तर? यावर कहर म्हणजे ते ड्रोन शत्रू-राष्ट्राने बनवलेले असेल तर? यामुळे सुरक्षा धोक्यात येऊ शकते. नैतिकता आणि कायद्याचे उदाहरण म्हणजे स्वयंचलित गाडीने जर अपराध केला तर कोणाला जबाबदार धरायचे? असे एक ना अनेक प्रश्न उद्भवतात. तरीही, वाहतूक क्षेत्रात एआय अडथळ्यांच्या मार्गावरून पुढे जात आहे. त्याची दिशा आपले जीवन अधिक सुकर करण्याकडे आहे, हे निश्चित!

14

वित्तीय सेवेसही हजर !

रात्री अचानक मोबाईलवर एक संदेश (नोटिफिकेशन) आला –'तुमच्या खात्यातून आताच एक व्यवहार झाला आहे, तो संशयित वाटत आहे, तो तुम्हीच केला आहे का?' पाहतो तर काय! व्यवहारातील समोरच्या पक्षाचे नाव अनोळखी, ठिकाण दूरवरचे. लगेच व्यवहार रद्द करण्याच्या सूचना दिल्या आणि मोठा सुस्कारा सोडला. अशा संशयित किंवा गैरव्यवहारांची ओळख पटवणे आता एआयमुळे शक्य झाले आहे. जगभरात सेकंदाला लाखो व्यवहार होत असतात, त्यातून फसव्या गोष्टी खड्यासारख्या बाजूला काढणे मानवाला खूप अवघड (मुश्किल ही नही, नामूमकिन है) आहे ते काम एआय लीलया करते. अशा प्रकारे वित्तक्षेत्रात एआय अनेक कामांसाठी वापरता येते ते पाहुयात.

वित्तीय सेवा म्हटले की सर्वप्रथम बँक आठवते. बँकेचे मुख्य काम म्हणजे ठेवी स्वीकारणे आणि त्याचा वापर करून इतरांना कर्ज देणे. हे कर्ज देताना फार काळजी घ्यावी लागते की ते बुडणार नाही याची. सगळेच कर्जदार काही बँकेतील लोकांच्या परिचयाचे-घरोब्याचे नसतात मग ठरवायचे कसे की कर्ज मागणारा अनोळखी मनुष्य ते वेळेत फेडेल की नाही? काही ठोकताळे अनुभवाने शिकता येतात पण ते फार प्रभावी नसतात. येथे एआय मदतीला येते. पूर्वीच्या असंख्य कर्ज व्यवहारांचा अभ्यास करून एआय कर्ज-पात्रतेचे प्रारूप (मॉडेल) तयार करतो. यामध्ये आर्थिक माहितीबरोबरच कौटुंबिक पार्श्वभूमी, खर्चाच्या सवयी यांचाही विचार होतो. हे मॉडेल कर्ज मंजुरीसाठी निर्णयक ठरते. त्यामुळे स्पष्टीकरणक्षमता (एक्स्प्लेनबिलिटी) वाढवण्याचा प्रयत्न केला जात आहे, म्हणजे कर्ज नाकारल्यास त्यामागचे कारणही स्पष्ट करता येईल.

पूर्वी गुंतवणूक म्हटली की बँकेत किंवा पोस्टात मुदत-ठेव ठेवणे हा मुख्य मार्ग असायचा. आता लोक शेअर बाजार आणि म्युच्युअल फंडांकडे वळले आहेत. एखाद्या शेअरचा भाव वाढेल की घटेल, हे ठरवण्यासाठी तज्ज्ञ कंपनीच्या स्थितीचा अभ्यास करतात आणि गणितीय तंत्रे वापरतात. एआय आधारित प्रणाल्यांमुळे (अल्गोरिदमिक ट्रेडिंग) हे अधिक प्रगत झाले आहे. 'वॉल स्ट्रीट'मध्ये हे मोठ्या प्रमाणावर वापरले जाते. क्षणार्धात मोठे खरेदी-विक्री व्यवहार स्वयंचलित होतात. जेम्स सायमन्स यांच्या 'रेनेसाँस' कंपनीने यात विशेष प्रगती केली आहे. भारतातही मोठ्या कंपन्यांपासून ते स्टार्टअप्सपर्यंत अनेकजण शेअर बाजारामध्ये एआयचा वापर करत आहेत. व्यक्ती

तितक्या प्रकृती असल्याने प्रत्येकाची गुंतवणूक (इन्व्हेस्टमेंट) सारखी नसते. प्रत्येक गुंतवणूकदाराची मानसिकता वेगळी असते. वय, आर्थिक स्थैर्य आणि जोखीम घेण्याची क्षमता (रिस्क ॲपेटाईट) यानुसार गुंतवणुकीचे निर्णय घेतले जातात. मानवी गुंतवणूक सल्लागारांप्रमाणेच एआयसुद्धा मदत करू शकतो. हजारो पर्यायांचा अभ्यास करून तो योग्य पर्याय सुचवतो. केवळ फिक्स्ड डिपॉझिट नव्हे, तर शेअर बाजार, क्रेडिट कार्ड, सोने-चांदी यांसारख्या गुंतवणुकीचे पर्यायही सुचवले जातात. त्यांना यंत्रमानवी सल्लागारच म्हणतात. 'बेटरमेंट', 'वेल्थफ्रंट' सारख्या अनेक कंपन्या यासाठी प्रसिद्ध आहेत.

'भविष्य निर्वाह निधी'तून मुदतपूर्व पैसे काढता येतात का? कोणत्या अटींवर? असे प्रश्न पडल्यास गुगलवर शोधण्याऐवजी एआयवर आधारित चॅटबॉटला विचारणे सोयीचे ठरते. समजले नाही, तर पुन्हा विचारता येते, वेगवेगळे पैलू समजावून घेता येतात. येथे एआयचा वापर प्रभावी होतो. चॅटजीपीटीसारख्या बृहत्-भाषा-प्रारूपावर आधारित अनेक चॅटबॉट आपल्याला दिसतात, विशेषत: बँकांच्या संकेत-स्थळांवर, तेही २४ x ७ तास प्रश्नांची उत्तरे देतात, कंटाळा ना करता, कोठलीही सुट्टी (लंच -ब्रेक) ना घेता!!

एआयचे अनेक फायदे असले तरी काही धोकेही आहेत. आर्थिक माहिती गोपनीय असली पाहिजे, पण ती कधीकधी परवानगीशिवाय मॉडेल्स प्रशिक्षणासाठी वापरली जाऊ शकते. काही एआय अल्गोरिदम्समध्ये पूर्वग्रह आढळतो. विशिष्ट गटांतील लोकांना कर्ज मंजूर होते, तर काहींना नाकारले जाते, जरी ते आर्थिकदृष्ट्या सक्षम असले तरी. त्यामुळे पारदर्शकता आणि स्पष्टीकरण क्षमता वाढवण्यासाठी उपाययोजना सुरू आहेत. कायद्यानेही त्यावर बंधने आणली आहेत.

शेवटी, जोपर्यंत जग आहे तोपर्यंत पैसा आणि त्याचे महत्त्व कायम आहे आणि ते तसे आहे तोवर एआय आपल्यासाठी 'लाख'मोलाचे ठरणार आहे.

'एआय', तंत्रज्ञान आणि आपण

15

सामर्थ्य आहे सूचक-प्रश्नांचे!!

चॅटजीपीटीचा सध्या बोलबाला आहे. त्याची उपयुक्तता काय, इथपासून ते त्यामुळे नोकऱ्या जातील का, इथपर्यंत अनेक प्रश्न विचारले जात आहेत. त्यावरील उत्तरेही वेगवेगळी आहेत. पण सर्जनशीलता ही श्रेष्ठ असते हेच खरे .

चॅटजीपीटीने सध्या इंटरनेटवर नुसता धुमाकूळ घातला आहे. बहुतांश लोकं त्याच्या संभाषण क्षमतेने अवाक झाले आहेत. आणि का नाही होणार? जसा एखादा सुविद्य-ज्ञानी उत्तर देईल तशी, व्याकरण-योग्य उत्तरे दिलेली पहिली की त्याच मागे असललेली 'कृत्रिम बुद्धिमत्ता' ('एआय', आर्टिफिशिअल इंटेलिजन्स) हे क्षेत्र किती पुढे आले आहे याची कल्पना येते. आत्तापर्यंत तुम्ही चॅटजीपीटीविषयी इंटरनेटवर, लेखांमधून माहिती वाचली असेलच. आपल्यापैकी काहींनी हे वापरूनही पहिले असेल. त्याविषयी जरा सखोल विवेचन पुढे पाहू. चॅटजीपीटी ही एक संभाषण-प्रणाली (चॅटबॉट) आहे. आपण प्रश्न विचारायचे, त्याने त्याची समर्पक उत्तरे द्यायची, अगदी दोन व्यक्तीमध्ये संभाषण होते त्याप्रमाणे. आत्तापर्यंत हे बघितले नसेल तर चॅटजीपीटीच्या संकेतस्थळावर अगदी फुकट उपलब्ध आहे. नक्की वापरून बघा!!

चॅटजीपीटी कसा चालतो?

चॅटजीपीटीच्या मागे जे तंत्रज्ञान आहे त्याचे नाव 'भाषा प्रारूप' ('लँग्वेज मॉडेल', एल-एम) असे आहे. हे तंत्रज्ञान समजण्यासाठी त्याला साधर्म्य असणारे आणि रोजच्या व्यवहारातील एक उदाहरण पाहू. आपण मोबाईलवर जेव्हा संदेश (एस-एम-एस) टाईप करतो, तेव्हा आपल्याही पुढचा शब्द सुचवला जातो. आणि बऱ्याच वेळेला ते इतके चपखल असतात की आपल्याला वाटू शकते की मोबाईल आपल्या मनातले कसे ताडू शकतोय? या मागचे तंत्रज्ञान समजायला सोप्पे आहे. तुम्ही सध्या जे टाईप करत आहेत तसे तुम्ही कधी टाईप केले आहे का ते तो पाहतो आणि तसे पूर्वीचे संदेश पाहून त्याला समजू शकते की पुढे कुठला शब्द येणार आहे. समजा , तुम्ही टाईप करताय "लेट्स गो फॉर अ —-". अशा प्रकारचे संदेश तुम्ही अनेक वेळेला पाठवले आहेत. त्या सर्वांमध्ये पुढचा शब्द, सर्वात जास्त वेळेला, 'कॉफी' असा असेल तर तो 'कॉफी' हा शब्द सुचवेल. अशा प्रकारे, 'आत्तापर्यंत टाईप केलेले शब्द पाहून पुढील शब्द सुचवणे' याला 'भाषा प्रारूप'

म्हणतात. एस-एम-एस-चे हे उदाहरण तुमच्या पूर्वीच्या १००-२०० संदेशांवर (डेटा) आधारित पुढील शब्द सुचवतो. जर डेटा जास्त असेल तर उत्तर अधिक अचूक येण्याची शक्यता जास्त. सध्या प्रचलित असलेली 'बृहत भाषा प्रारूपे' ('लार्ज लँग्वेज मॉडेल', एल-एल-एम) फारच मोठ्या डेटा स्रोतांवर आधारित असल्याने जास्त प्रभावशाली आणि अचूक असतात. 'एल-एल-एम'चा वापर करून, एका मागून एक असे शब्द घेऊन त्याचे बनते वाक्य, वाक्यांचे परिच्छेद आणि परिच्छेदांचे लेख. अशा प्रकारची भाषा-निर्मिती (जनरेटिव्ह एआय) चा भाग आहे.

चॅटजीपीटी म्हणजे काय?

चॅटजीपीटीमधील 'चॅट' म्हणजे संभाषण, गप्पा. 'जीपीटी' मधील 'जी' म्हणजे 'जनरेटिव्ह', जे शब्द 'जनरेट' (निर्मिती) करते, 'पी' म्हणजे 'प्रीट्रेण्ड', जे मोठ्या डेटा वर आधीच प्रशिक्षित आहे, आणि 'टी' म्हणजे 'ट्रान्सफॉर्मर', हे 'न्यूरल नेटवर्क'च्या एका आराखड्याचे ('आर्किटेक्चर') चे नाव आहे. चॅटजीपीटी हा 'जीपीटी ३.५' या 'एल-एल-एम' वर बेतलेला आहे. त्याला अनेक मानवी प्रश्नोत्तरे भारावून संभाषणासाठी खास प्रशिक्षित ('फाईन ट्यून') केलेला आहे. 'जीपीटी ३.५' हे एक क्लिष्ट आणि अजस्त्र 'न्यूरल नेटवर्क' आहे. त्यात १७५ अब्ज घटक ('पॅरामीटर') आहेत. ते जगभरातील बऱ्याचशा भाषा स्रोतांवर ('विकिपीडिया', पुस्तके, इ.) प्रशिक्षित केला आहे. त्यामुळे तो जणू एक महान भाषा सर्वज्ञच(!) झाला आहे. या विस्तृत प्रशिक्षणामुळेच त्याला सर्वज्ञानातील (जनरल नॉलेज) कोणताही प्रश्न विचारला तरी त्याच्याकडे त्याची काही ना काही माहिती असते.

पण चॅटजीपीटी खरंच सर्वज्ञ आहे का?

तर उत्तर आहे, नाही!! त्याचे प्रशिक्षण जरा जुन्या, म्हणजे २०२१ पर्यंतच्या डेटावर झाले आहे. त्याला अगदी नजीकच्या घटनांविषयी काही विचारले तर तो सरळ 'सॉरी' म्हणतो. अजून एक मर्यादा म्हणजे त्याचे प्रशिक्षण सार्वजनिक डेटावरच झाले असल्याने त्याला तुमच्या किंवा कोणाच्याही वैयक्तिक माहितीची कल्पना नाही. तो फक्त त्याला प्रशिक्षित केलेली माहिती योग्य प्रकारे तुमच्या पुढे ठेवतो. आता कधी कधी काही डेटा मध्ये चुकीची माहिती असू शकते, तर तो तीही माहिती छातीठोकपणे सांगतो. म्हणूनच चॅटजीपीटीवर पूर्णपणे अवलंबून राहता येत नाही. त्याने दिलेल्या उत्तरचे परीक्षण करणे हे कधीही श्रेयस्कर. असे काही नकारात्मक पैलू आणि मर्यादा असल्यातरी चॅटजीपीटी ही एक भन्नाट गोष्ट आहे, हे मान्यच करावे लागेल.

सूचक-प्रश्न म्हणजे काय?

चॅटजीपीटीची खरी क्षमता जोखायची असेल, त्याच्याकडून पाहिजे ते आणि पाहिजे तसे उत्तर काढायचे असेल तर त्याला प्रश्नही ('प्रॉम्प्ट') फार अचूक आणि सूचक विचारावे लागतात. 'प्रॉम्प्ट' अघळपघळ तर उत्तरही तसेच. पण जरा सटीक प्रश्न, ज्यात हे हवे हे नको असे सांगितले असेल, तर बरोबर उत्तर मिळण्याची शक्यता वाढते. सूचक-प्रश्न विचारणे हेच आता नवीन शास्त्र म्हणून उदयास येत आहे. त्या विद्या-शाखेचे नाव 'प्रॉम्प्ट अभियांत्रिकी'. चॅटजीपीटी काय किंवा तत्सम इतर 'एल-एल-एम' वापरण्यासाठी 'प्रॉम्प्ट अभियांत्रिकी'चे कौशल्य गरजेचे ठरणार आहे. अशा प्रकारच्या नोकऱ्या आता उपलब्धसुद्धा व्हायला लागल्या आहेत. भविष्यात त्याला अधिकच वाव मिळणार. चांगला प्रॉम्प्ट-अभियंता होण्यासाठी त्याला स्वतःच्या नैपुण्याचे एक क्षेत्र तर असावेच लागणार

पण त्याच बरोबर 'एल-एल-एम' आणि एआय'चे ज्ञानही आवश्यक ठरणार असेल. एखाद्या यंत्र अभियंत्याला दुचाकीचे इंजिन विषयी काही माहिती पाहिजे असेल तर सूचक-प्रश्न विचारण्यासाठी त्याला त्यातील परवलीचे शब्द, खाचा-खोचा पण आधीच माहीत पाहिजेत. अशा प्रकारचे संयुक्त ज्ञान सर्व शाखांना गरजेचे ठरणार आहे.

चॅटजीपीटीचे परिणाम काय?

चॅटजीपीटी एवढे प्रभावशाली असेल तर त्यामुळे आपल्या नोकऱ्यांवर गदा येऊ शकते का? तर त्याचे उत्तर 'होय' असेच आहे. अगदी सगळ्या नाही तरी काही, नक्की. जे तेच-तेच लेख लिहितात, त्याच विषयांवर निबंध लिहावे लागतात, तश्याच ई-मेल, तसेच प्रस्ताव, अशा 'पाट्या'(!) टाकणाऱ्या नोकऱ्यांवर परिणाम होऊ शकतो. पण ज्यांचे काम सृजनशील, नवा-निर्मिती-पूर्ण आहे त्यांना चिंता करण्याची गरज नाही. 'एल-एल-एम'ना हरवणे आत्ता तरी दुरापास्त वाटतंय.

चॅटजीपीटीचा बोलबाला चालू असतानाच त्याच्या जनकांनी पुढील 'एल-एल-एम'ची म्हणजे 'जिपीटी ४' ची घोषणा केली आहे. गुगलसारख्या इतर बलाढ्य कंपन्याही या भाषा-युद्धात हिरीरीने उतरल्या आहेत. कोणाची सरशी होईल हे सांगणे कठीणच, पण आपल्या हातात एवढेच आहे की चॅटजीपीटीसारख्या शोधांचा आपल्या कामात पुरेपूर पण सजग वापर करणे आणि लक्ष ठेवणे की, आपले काम असे असेल की ते चॅटजीपीटीला करणे अशक्य असेल!!

16

मी आणि माझा डेटा

मी आणि माझा डेटा हे द्वैत हळूहळू संपुष्टात येणार आहे . जेवढा डिजिटल तंत्रज्ञानाचा वापर वाढेल तेवढी आपल्याबद्दलची माहिती डिजिटल - डेटा स्वरूपात होणार आहे. तुम्ही आणि तुमचा डेटा यात खूप फारकत नसणार आहे . जणू डेटा-अद्वैताचा प्रवास सुरू झाला आहे . त्या प्रवासात आपल्याला सजग राहावे लागणार आहे .

नुकत्याच वाचनात आलेल्या बातमीत एक 'कोवीन' या भारताच्या लसीकरण्याच्या माहिती (डेटा) तथाकथित चौर्यकर्माच्या शक्यतेविषयी होती तर दुसऱ्या बातमीमध्ये जपानने सर्व सार्वजनिक डेटा एआयच्या प्रशिक्षणासाठी मुक्त करण्याचा विचार करीत असल्याचे म्हटले होते. वरकरणी जरी दोन्ही बातम्या वेगळ्या वाटत असल्या तरी त्यांचे मूळ हे खाजगी-संरक्षित डेटाविषयी आहे. माझी माहिती, माझे लेख, सार्वजनिक आणि कोणीही वापरण्यास खुले झाले आहेत का? हे चुकीचे वाटत असले (आणि ते आहेच) तरी याविषयाला अनेक पैलू आहेत. मुख्य मुद्दा असा आहे की माझा डेटा कोणी, कसा आणि माझ्या परवानगीने (किंवा शिवाय) वापरणे रास्त आहे का?

सध्याचे युग तंत्रज्ञानाचे आणि त्यातही एआयचे मानावे लागेल. दररोजच्या जीवनात एआयचा वापर वाढतच चालला आहे. प्रचलित एआय हे प्रामुख्याने डेटावर अवलंबून असते. हा डेटा सार्वजनिक किंवा खाजगी असू शकतो. जसे, सध्या सुप्रसिद्ध झालेले चॅटजीपीटी हे संभाषणाचे ॲप जगभरातील असंख्य सार्वजनिक वेबसाइट्स, लेख, पुस्तके, यांच्या शब्दराशींवर प्रशिक्षित आहे. जेवढा जास्त डेटा तेवढे ॲप अचूक चालते. पण त्याला तुमच्या खासगी डेटाविषयी माहिती नसल्याने तो त्यासंदर्भात उत्तरे देऊ शकत नाही. परंतु काही कंपन्या जास्त अचूकतेसाठी, अधिक डेटा मिळवण्याच्या हव्यासापायी वाममार्गाने तुमचा खाजगी डेटा किंवा तुमची मालकी असलेला डेटा मिळवण्याचा प्रयत्न करतात. हा नक्कीच अपराध आहे. असे प्रकार रोखण्यासाठी काय करता येईल ते पाहू.

आपला डेटा, त्याची गोपनीयता आणि त्याचे संरक्षण हा कळीचा मुद्दा ठरत आहे. हे केले नाही तर कोणते धोके उद्भवू शकतात त्याची माहिती सर्वांना असणे गरजेचे आहे. उदाहरणार्थ , समजा आपण एक 'फिटनेस-ॲप' (जसे घड्याळातली आरोग्य प्रणाली) वापरात आहोत. त्यात तुमचे रोजचे व्यायाम, शारीरिक नोंदी, सायकलिंगचा

वा पळण्याचा मार्ग, इ. साठवले जात आहेत. आता हा डेटा कोण, कसा वापरत असेल त्याची तुम्हाला कल्पना असते का? आपल्याला वाटते की आपला डेटा संकलित करून आपल्याला छान सार-चित्र ('डॅशबोर्ड') दाखवणासाठी असेल, पण तसे ते करतीलच याची खात्री नाही. हा डेटा इतर लोकांना पाठवला (विकला) जाऊ शकतो. ॲप 'इन्स्टॉल' करीत असताना आपण कळत नकळत आपल्या मोबाईलमधील काय काय पाहण्याची परवानगी दिलेली आहे त्यानुसार फिटनेस सोडून इतर डेटा पण ॲप निर्मिते ओढू शकतात. यासाठी ॲपच्या गोपनीयतेच्या परवानग्या ('प्रायव्हसी सेटिंग') तपासावे. गरज नसलेल्या परवानग्या काढून टाकायला हव्यात. ॲपचे निर्मिते विश्वासार्ह आहेत हे तपासूनच इन्स्टॉल करावे. नाहीतर आपल्या मोबाईलला किंवा कॉम्प्युटरला व्हायरस हल्ल्याचा धोका निर्माण होऊ शकतो.

संभाव्य धोके बघून आपण ठरवले की इंटरनेट वर काहीच माहिती लिहायची नाही, ई-मेल पाठवायच्याच नाहीत, सोशल मीडिया वापरायचच नाही, तर हे काही बरोबर नाही, नाही का? नवनवीन एआयच्या प्रणालींना डेटाची गरज असते. ते थांबले तर त्याची प्रगती पण रोडावेल. याला उपाय म्हणजे डेटा संरक्षण आणि सजग संमती. कोणता डेटा खरंच खाजगी आहे, इतरांनी किंवा एआयने काय पहिले तर चालेल याचा नीर-क्षीर विवेक आपल्याला पाहिजे. आपला डेटा सुरक्षितपणे आणि सांगितलेल्या कामाकरिताच वापरला जातोय का याची खात्री करून घ्यावी लागेल. कोणत्याही ॲपने, वेबसाईटने, संगणक प्रणालीने आपला डेटा घेताना आपली सजग (मूक किंवा छुपी नाही) संमती विचाराने-घेणे आवश्यक ठरते. इन्स्टॉल करण्याच्या वेळेस दाखवले जाणारे संमतीपत्र (लायसन्स ॲग्रीमेंट) न पाहताच होकार (ॲग्री) म्हणणे टाळले पाहिजे. सर्वसाधारणपणे मोठ्या कंपन्या डेटाचा दुरुपयोग करणार नाहीत अशी आशा ठेवणे भाबडेपणाचे ठरते. तेव्हा डोळ्यात तेल घालून आपल्या डेटाचा वापर कोठे आणि कसा होतोय यावर नजर असली पाहिजे. क्लिष्ट आणि कटकटीचे वाटले तरी.

आपला डेटा कोठे कोठे असतो याची सर्वमान्यांना कल्पनाही नसते. ढोबळमानाने मोबाईल किंवा कॉम्प्युटरवरून जर काही काम केले, काही माहिती पाठवली, मागविली, इंटरनेटवर टाकली, तर तेवढाच डेटा असतो असा समज आहे. तो तर असतोच पण, इंटरनेटला जोडल्या गेलेल्या सर्व गोष्टी डेटा संकलित करू शकतात. रस्त्यावरून जाताना वेबकॅम आपले चित्र काढू शकतो, खरेदीसाठी कार्ड वापरले तर तो पण डेटा असतो, रुग्णालयातील तपासणीच्या नोंदी, अगदी अंगठ्याचे ठसे इलेक्ट्रॉनिक पद्धतीने घेतल्यास तोही आपला डेटाच असतो. हा डेटा घेणाऱ्या व्यक्ती, दुकाने, ॲप, सरकारे इ .आपल्या डेटा चे काय करणार आहेत याचीपण माहिती आपल्याला असली पाहिजे.

डेटाचा उपयोग खरेपणाने केल्यास तो चांगल्यासाठी ठरू शकतो. एखाद्या वेबसाइटवर तुम्ही पूर्वी केलेल्या वस्तूंची माहिती पाहून, एआय प्रणाली आपल्याला आवडू शकणाऱ्या वस्तू अचूक सुचवू शकते. एक्स रे किंवा इतर स्कॅन पाहून रोगनिदान करणे एआयला, त्यांनी पाहिलेल्या असंख्यजणांच्या डेटावरूनच शक्य होते. चॅटजीपीटीसारखी प्रणाली अगदी मानवासारखे उत्तर देऊ शकते त्याला कारणच की त्याला मिळालेला आपल्या सर्वांचा सार्वजनिक डेटा. त्यामुळे आपला डेटा द्यायचाच नाही किंवा सर्व डेटा उपलब्ध करून द्यायचा ह्या दोन्ही टोकाच्या भूमिका झाल्या. सतर्कपणे एक मध्यम मार्ग निवडायला हवा. भारताप्रमाणे अनेक देशांनी वेगवेगळ्या पद्धतीने डेटा संरक्षण आणि गोपनीयतेविषयी नियम आणि कायदे आणले आहेत. युरोपातील जीडीपीआर (जनरल डेटा प्रोटेक्शन

रेग्युलेशन) यासारखे कायदे वैयक्तिक डेटा संरक्षित करण्याचा प्रयत्न करीत आहेत त्यानुसार अॅप निर्मात्यांना, कंपन्यांना त्यानुसार आपल्या डेटा वापराविषयी बदल करून अधिक सुरक्षित करण्यास भाग पडले जात आहे. असे असले तरीही आपण गाफील न राहता आपल्या दैनंदिन जीवनात डेटाविषयी जागरूक राहणे गरजेचे आहे.

मी आणि माझा डेटा हे द्वैत हळूहळू संपुष्टात येणार आहे. जेवढा डिजिटल तंत्रज्ञानाचा वापर वाढेल तेवढी आपल्याबद्दची माहिती डिजिटल-डेटा स्वरूपात उपलब्ध होणार आहे. तुम्ही आणि तुमचा डेटा यात खूप फारकत नसणार आहे, जणू, डेटा-अद्वैताचा प्रवास सुरू झाला आहे. हे मार्गक्रमण सुकर आणि फलदायी होण्यासाठी सतर्कतेची आणि सजगतेची आवश्यकता आहे नाहीतर हा मार्ग खाच-खळग्यांचा व धोक्याचा बनू शकतो. तर, सावधान!!

17

'डिजिटल वसाहतवादा'ला उत्तर

कृत्रिम बुद्धिमत्तेवर आधारित भारतीय प्रणाल्या बनविण्यासाठी प्रयत्न व्हायला हवेत. मोठी बाजारपेठ असल्याने परदेशी कंपन्या तर यात उतरणारच आहेत; पण त्यातही भारतीयांचा मोठ्या प्रमाणात पुढाकार हवा. भारताने ही संधी गमावून चालणार नाही.

'चॅटजीपीटी' बनवणाऱ्या 'ओपनएआय' कंपनीचे मुख्य कार्यकारी अधिकारी सॅम ऑल्टमन काही दिवसांपूर्वी भारतात आले होते. त्यांनी मांडलेले एक मत खळबळजनक ठरले. "भारतीय कंपन्यांनी चॅटजीपीटीसारखी गोष्ट बनवण्याच्या प्रयत्न करणे हे निरर्थक आहे" अशी दर्पोक्ती त्यांनी केली. या मतावर 'टेक महिंद्रा कंपनी'चे गुरनानी यांनी हे आव्हान स्वीकारल्याचे सांगितले. काही भारतीयांना सॅम यांचे मत दुखावणारे वाटले; तर काहींना ते व्यावहारिक मर्यादांचे कथन वाटले. या वादात न पडता एक गोष्ट मात्र यातून नक्कीच पुढे आली, ती म्हणजे भारत हा आर्टिफिशिअल इंटेलिजन्स अर्थात कृत्रिम बुद्धिमत्तेचा फक्त वापरकर्ता राहणार आहे का निर्माणकर्ता पण बनणार आहे? म्हणजेच फक्त 'भारतासाठी एआय' की 'भारताकडून एआय' (भारतासाठी एआय) यावर सीमित न राहता 'एआय-बाय-भारत' (भारताचे एआय) पण तो करणार आहे की नाही. सध्याच्या तंत्रज्ञानयुगात एआयचे महत्त्व अनन्यसाधारण आहे. रोग-निदान, हवामान अंदाज यांपासून अगदी तुम्ही कोणते पुस्तक विकत घ्यावे, यापर्यंत एआय आपल्या जीवनात एकरूप झाला आहे. इतका की हे काही वेगळे आहे, याची कल्पनाच येत नाही. एआय हा एक संगणकप्रणालीचा प्रकार असून तो आपल्यासमोर मोबाईलमधील अॅप स्वरूपात, शॉपिंग वेबसाईटमध्ये, उपकरणांमध्ये, चॅटबॉट अशा विविध रूपात येतो. ह्या एआय प्रणालींची निर्मिती जगभर होत असली तरी अमेरिकेचे यावर निर्विवाद वर्चस्व आहे.

वर उल्लेख केलेल्या अनेक प्रणालींवर अमेरिकी कंपन्यांचे स्वामित्व आहे. एका अर्थाने एआयच्या नाड्या बऱ्याच प्रमाणात अमेरिकेसारख्या देशांच्या हातात आहेत. ही गोष्ट आता चिंताजनक नसली तरी ती आपल्या सार्वभौमत्वाच्यादृष्टीने भूषणावह नक्कीच नाही. मग भारत काय करू शकतो याचा थोडक्यात विचार करू या. प्रचलित एआय प्रणालीला स्वयं प्रशिक्षणासाठी भरमसाठ आणि बहुविध माहिती (डेटा) लागतो. भारताची लोकसंख्या आणि विविधता लक्षात घेता आपण डेटाच्या संभाव्य सोनखाणीवरच

बसलो आहोत. जसाजसा डिजिटल तंत्रज्ञानाचा वापर वाढत जाईल, तसातसा जास्तीत जास्त डेटा मिळत राहील. सध्या बऱ्याच परदेशी कंपन्या तुम्हाला काही सेवा, ॲप फुकट वापरायला का देतात याचा तुम्ही विचार केला आहे का? तेथील जाहिरातींचे उत्पन्न हा एक भाग झाला तरी अनेक कंपन्या तुमचा डेटा गोळा करायला आलेल्या असतात आणि लालूच म्हणून सेवा फुकट देतात. आपल्यालाही फायदा होत असल्याने आपण कानाडोळा करतो. पण हे किती दिवस चालणार? परदेशी एआय सेवांवर किती दिवस अवलंबून राहणार? आपला डेटा, आपणच आपल्या एआय सेवांसाठी वापरला तर फायदेशीर ठरेल, आर्थिकदृष्ट्या आणि सुरक्षेच्या दृष्टीनेसुद्धा. जेथे जेथे शक्य असेल तेथे तेथे भारतीय (स्वदेशी) एआय निर्माण करता आला तर आत्मनिर्भर भारताच्या दिशेने ते मोठे पाऊल असेल. काही यशस्वी उदाहरणे आपल्या डोळ्यासमोर आहेत. परदेशी जीपीएस (ग्लोबल पोझिशनिंग सिस्टिम, उपग्रहाद्वारे जमिनीवरील ठिकाण शोधण्याची यंत्रणा) आपण मोबाईलमध्ये पाहतो, त्याच्या तोडीस तोडच नाही तर काकणभर सरस यंत्रणा 'नाविक' या नावाने इस्रोने बनवली आहे. आणखी एक उदाहरण म्हणजे, डिजिटल आर्थिक व्यवहारांच्या तंत्रज्ञानात भारतीय युपीआय (युनिफाइड पेमेंट इंटरफेस) परकी प्रणालींच्या तुलनेत कोठेही कमी नाही. त्यामुळे न्यूनगंड न बाळगता आपल्या समस्यांवर आपणच एआयमार्फत उत्तरे शोधण्याचा प्रयत्न केला पाहिजे. वानगीदाखल एक महत्त्वाची समस्या पाहू. भारतात इंग्रजी येणारे-समजणारे फारच कमी. त्यात बहुतांशी मोबाईल ॲप, संगणकप्रणाल्या, डिजिटल उत्पादने-वस्तू या इंग्रजीच दाखवतात आणि समजतात. सध्या प्रसिद्ध झालेले चॅटजीपीटीपण इंग्रजी भाषेत जेवढे मस्त उत्तर देते, तेवढे मराठी-हिंदीत देते का? नाही. याचे कारण त्यामागे असलेल्या एल-एल-एम (लार्ज लॅन्व्हेज मॉडेल, बृहत भाषा प्रारूप) च्या प्रशिक्षणासाठी भारतीय भाषांच्या तुलनेत इंग्रजी डेटा खूप वापरला होता. हे चित्र बदलायचे आले तर भारतीय भाषांची 'एल-एल-एम' प्रशिक्षित करावी लागतील. त्याचा वापर करून सर्व भारतीयांना वापरता येतील, अशा संभाषण प्रणाल्या बनवता येतील.

रेल्वेचे तिकीट काढायचे असेल, पुढील आठवड्याचा पावसाचा अंदाज विचारायचा असेल तर भारताच्या सर्वदूर कोपऱ्यातूनही कोणीही आपल्या बोलीभाषेत हे प्रश्न विचारून उत्तरे एआयकडून घेऊ शकेल. सर्वसमावेशकतेच्यादृष्टीने ते गरजेचे आहे. अशा अनेक समस्यांना उत्तरे शोधण्याची गरज आहे आणि ती उत्तरे ते ही भारतीय डेटावर आधारित लागणार आहेत. जसे रोगनिदानप्रणाली आपल्या भारतीयांच्या डेटावर प्रशिक्षित असेल तर निदान जास्त अचूक येणार. कायदेविषयक प्रश्नांची उत्तरे, भारतीय न्यायालयाच्या निकालांवर प्रशिक्षित असेल तर, उत्तरे अधिक बरोबर येणार नाहीत का? आता अशा भारतीय-स्वदेशी एआय प्रणाल्या कोण बनवणार? मोठी बाजारपेठ असल्याने परदेशी कंपन्या तर यात उतरणारच आहेत; पण त्यातही भारतीयांचासुद्धा मोठ्या प्रमाणात पुढाकार हवा. कर्मधर्मसंयोगाने ती सोय नजीकच्या काळात होताना दिसते आहे. सध्या अनेक इंजिनिअरिंग कॉलेजेसमध्ये कॉम्प्युटर, एआय ह्या विद्याशाखांमध्ये मोठ्या प्रमाणात प्रवेश झाले आहेत. (बाकीच्या शाखांकडे जरा दुर्लक्षच झाले आहे, पण असो) ती सर्व मंडळी नजीकच्या भविष्यात एआय प्रणाली बनवण्यास सज्ज असतील. म्हणजे मागणीपण आहे, समस्यांच्या स्वरूपात आणि पुरवठा आहे; तंत्रज्ञांच्या स्वरूपात. हा दुग्ध-शर्करा योगच. भारताने ही संधी गमावून चालणार नाही. महात्मा गांधींना मिठाचा सत्याग्रह करावा लागला, याचे कारण इंग्रजांनी मिठासारख्या अत्यावश्यक गोष्टीवर कर लावला

होता म्हणून. सध्याच्या काळात अगदी मिठाएवढे नसले तरी, एआय हे अत्यावश्यक बनू लागले आहे. त्यावर परदेशी कंपन्यांचे वर्चस्व धोकादायक ठरण्याची शक्यता आहे.

पूर्वी भारतात उत्पन्न झालेला कापूस परदेशी नेला जाई, त्यावर प्रक्रिया करून कपडे बनवले जात आणि तो तयार माल भारतीय बाजारपेठेत विकावयास आणला जाई. या इतिहासाची वेगळ्या स्वरूपात पुनरावृत्ती तर होत नाहीये ना? याचा अर्थ इतर देशांशी सहकार्य, सामूहिक प्रकल्प, नवकल्पनांमध्ये सहभाग बंदच करायचा, असा मुळीच नाही. डिजिटल वसाहतवादाला बळी पडत नाहीना, याची काळजी घेत स्वदेशी एआय तंत्रज्ञानामध्ये गुंतवणूक गरजेची आहे. तीच आत्मनिर्भर भारताच्या एआयच्या मार्गक्रमणेची योग्य दिशा ठरेल.

एआयच्या प्रगतीची संभाव्य महा-घोडदौड लक्षात घेता ती कोठेही अनियंत्रित होऊ नये यासाठी दूरसंचार नियामक प्राधिकरणाने नुकतेच एक महत्त्वाचे पाऊल उचललेले आहे. त्यांनी 'एआयडीएआय' (आर्टिफिशिअल इंटेलिजन्स अँड डेटा ऑथॉरिटी ऑफ इंडिया) च्या स्थापनेची शिफारस केली आहे. त्याचे प्रमुख काम हे विविध क्षेत्रात एआयमुळे संभावणारे धोके लक्षात घेणे, त्याचे नियमन करणारे धोरण ठरवणे, डेटा सुरक्षेच्या-गोपनीयतेच्या जागतिक दर्जाच्या उत्तम कार्यपद्धती सुचवणे, एआयचा नैतिक वापर करण्यास प्रोत्साहन देणे, इत्यादी असणार आहे. या सर्व सूचनांचे योग्य पालन आणि अंमलबजावणी झाल्यास एआयचे भारतातील भविष्य सुरक्षित आणि नियंत्रित होण्यास मदत होणार आहे.

18

'एआय'ला नैतिकतेचा लगाम

कोणत्याही तंत्रज्ञानाचा वापर कसा होतो, यावर त्याचे यशापयश अवलंबून असते. कृत्रिम बुद्धिमत्तेचाही वापर अतिशय सावधपणे, सकारात्मकतेने केला पाहिजे. त्यासाठी त्याच्या नियमांची चौकट अधिक सजग आणि समजायला सुटसुटीत हवी.

'बिझिनेस २०'च्या कार्यक्रमात पंतप्रधान श्री नरेंद्र मोदी यांनी सध्याच्या बहुचर्चित एआयच्या भविष्यातील विकासासंदर्भात मार्गदर्शन केले. एआयच्या प्रगतीचा वारू चौखूर उधळत आहे आणि त्याचे फायदेही आपल्याला मिळत असले तरी त्याला नियमांचं लगाम घालण्याची वेळ आली आहे अशा आशयाचे आवाहन त्यांनी केले. कुठल्याही तंत्रज्ञानाचा बरे-वाईटपणा प्रामुख्याने त्याच्या वापरकर्त्यांवर, त्यांच्या मूल्यांवर आणि नैतिकतेवर अवलंबून असतो. म्हणूनच एआयचाही वापर चांगल्या, नैतिक, विधायक कामाकरिताच होईल याच्या खात्रीसाठी जागतिक स्तरावर नियमन आराखडा (रेग्युलेटरी फ्रेमवर्क) बनवण्याचे आवाहन त्यांनी केले, जेणेकरून एआयचा प्रवास, नैतिकतेच्या मार्गानेच होईल. म्हणूनच सध्या 'एथिकल एआय' (नैतिक कृत्रिम बुद्धिमत्ता) हा एक कळीचा मुद्दा बनला आहे, त्याच्या काही पैलूंविषयी जाणून घेऊयात.

एआय संगणक प्रणाली बनवण्यासाठी प्रचंड प्रमाणात माहिती (डेटा) ची आवश्यकता असते. जसा डेटा तशी एआय प्रणाली. म्हणजेच डेटा जर चांगला तपासलेला, वैविध्यपूर्ण आणि कामाला चपखल बसणारा असेल तर एआय प्रणाली पण उत्तम बनते. पण तसे नसेल तर, म्हणजे, डेटामध्ये काही पूर्वग्रह असतील, तो एकांगी असेल तर ते वापरून बनलेली एआय प्रणालीसुद्धा तसेच वागेल. लहान मुलांना जसे शिकवू त्या प्रमाणे ते बनतात, अगदी तसेच. उदाहरणार्थ, एखाद्याला कर्ज द्यायचे आहे की नाही, हे ठरवण्यासाठी समजा एक एआय प्रणाली आहे. तिच्या प्रशिक्षणासाठी फक्त उच्चभ्रू-पुरुष खातेदारांचाच डेटा वापरला गेला तर ती इतर वर्गातील खातेदारांना किंवा महिलांना कर्ज देण्याचा निर्णय कसा बरे सुचवेल? डेटामध्ये असा पूर्वग्रह (बायस) नसणे हे एआयच्या नियमनातील एक महत्त्वाची गरज आहे.

एआय संगणक प्रणाली बहुतांशी एक 'झाकली मूठ' (ब्लॅक बॉक्स) असते. त्याच्या आत काय चालले आहे, ती कशावरून एखादा निर्णय घेते आहे हे सहसा समजत नाही.

मग वादविवादाचे प्रसंग येतात. वरील उदाहरणानुसार समजा एखाद्याला कर्ज नामंजूर झाले, तर ते का झाले हे कळले पाहिजे. फक्त वैयक्तिक समाधानासाठीच नाही तर कायद्याने सुद्धा हे गरजेचे होत आहे. यालाच 'विशद एआय' (एक्सप्लनेबल) असे म्हणता येईल. कुठल्याही निर्णयाची कारणमीमांसा करता येणे हाही एआय-नियमनाचा महत्त्वाचा भाग आहे.

पूर्वग्रह हा फक्त डेटामध्येच असतो असे काही नाही, तर काही वेळेस तो संगणक प्रणालीत (अल्गोरिदम) मध्ये मुद्दामून आणला जातो, तेही त्या बनवणाऱ्या कंपनीच्या फायद्यासाठी. सध्या इंटरनेटवरून खरेदी करणे खूप प्रचलित आहे. तेथे तुम्हाला वस्तू सुचवणारी एक एआय प्रणाली कार्यरत असते. ती समजा तुम्हाला ठराविक पद्धतीच्या, ठराविक निर्मात्याच्याच वस्तू सुचवत असेल तर तुम्ही एका अर्थाने फसवलेच जाताय, नाही का? ज्यात त्यांचा फायदा जास्त ती वस्तू पुढे-पुढे केली जाते. अशाच प्रकारे, व्हिडीओ बघताना, तुम्हाला तासनतास खिळवून ठेवतील असेच व्हिडीओ समोर आणले जातात. अगदी व्यसन व्हावे इतका हा प्रकार भयानक होत चालला आहे. यात वेळ वाया जाणे हे तर आहेच पण ती संगणक प्रणाली कोणाला काय व्हिडीओ सुचवत आहे याचा कधी विचार केला आहे का? लहान मुलांना, त्यांनी पाहू नये, असे सुचवले जाते आहे का? मग हा एक अनैतिकतेचाच भाग नाही का? हा विषय, म्हणजेच 'संगणक-एआय प्रणालीने केलेले व्यसन', हेही एआय नियमनात मोडते.

एआय प्रणालीने जबाबदारीने निर्णय दिले पाहिजेत जेणेकरून त्याने आपले नुकसान होणार नाही. यालाच 'जबाबदार एआय' (रिस्पॉन्सिबल) म्हणता येईल. एआयचा वापर सध्या फक्त कर्ज देणे, व्हिडीओ किंवा वस्तू सुचवणे एवढाच मर्यादित नाही तर तो जीवनाच्या सर्व अंगाना स्पर्श करतो आहे. अगदी वैद्यकीयसारखा जीवन-मरणाशी निगडित क्षेत्रामध्येही एआयचा वापर मोठ्या प्रमाणात होऊ लागला आहे. रोग निदान, नवीन औषधांची निर्मिती, इत्यादी शाखांमध्ये एआय वापरले जात आहे. येथे समजा एखादा निर्णय चुकीचा दिला गेला तर केवढ्यात पडेल? म्हणूनच 'जबाबदार एआय' ही कायद्याच्या, नियमनाच्यादृष्टीनेच नाही तर आपल्या जीवनासाठीसुद्धा एक गंभीर बाब आहे.

एआयमुळे नोकरी जाऊ शकते, शिक्षित-अशिक्षित यातील दरी रुंदावू शकते, या सारख्या समस्या तर आधीच एआयला भेडसावत आहेत त्यात एआय जर अनैतिक कृत्ये करू लागला तर दुष्काळात तेरावा महिना. त्यामुळेच एआयच्या पुढील प्रगतीची पावले फार सावधगिरीतून टाकली पाहिजेत. समर्पक नियमांच्या आधारे ते शक्य होईल.

दोन देशांमधील युद्धे अजूनही काही प्रमाणात दृश्य स्वरूपात, धरती-जल-आकाश येथे, लढली जात असली तरी मोठ्या प्रमाणात, छुप्या पद्धतीने ती इंटरनेट जगतात (सायबर वॉरफेअर) लढली जातात. उद्योगधंदे बंद पाडणे, आर्थिक व्यवहार ठप्प करणे, इत्यादी कामे करण्याची क्षमता या एआय आधारित सायबर आक्रमणात असू शकते. त्याचा बिमोड करण्यासाठीही जागतिक स्तरावर एआय नियमांची गरज आहे.

नजीकच्या काळात अतिप्रसिद्ध पावलेल्या चॅटजिपीटीसारख्या संभाषण-प्रणाल्या कोणत्याही प्रश्नांना अतिशय उत्तम आणि समर्पक उत्तरे देतात. त्यांचा प्रसार आता लेख लिहिणे, व्यवसायातील नियोजनाच्या सूचना देणे, एवढेच नाही तर, त्या संगणकाच्या प्रणाल्या लिहिण्यात (कोडिंग) मध्ये पण होऊ लागला आहे. अगदी शाळकरी मुले पण गृहपाठ करण्यासाठी वापरू लागले आहेत. तर ह्या मिळत असलेल्या उत्तरांची किती

काळजी घेतली पाहिजे याचा आपण अंदाज करू शकतो. 'बॉम्ब कसा बनवावा?' या सारख्या प्रश्नांनाही जर उत्तरे मिळायला लागली तर? मोठे आव्हानच आहे या प्रणाली निर्मात्यांच्या समोर. यासाठीपण एआयचे नियमन अतिशय आवश्यक ठरते.

एआय नियमनाची गरज किती महत्त्वाची आहे हे पाहिले पण ते आणायचे कसे? कोणी? कशा स्वरूपात? हे महत्त्वाचे प्रश्न राहतात. कोणताही खेळ खेळायचा म्हणजे त्याचे नियम पाळलेच पाहिजेत. रहदारीचे नियम पाळले तरच कोंडी होणार नाही. तसेच एआयच्या वापराचेपण नियम बनवावे लागतील. 'नियमन' म्हणजे फक्त हे करू नका, ते करू नका असे सांगणे नको. पण नक्की काय काय केले पाहिजे, मार्गदर्शक तत्त्वे (बेस्ट प्रॅक्टिसेस) काय, उत्तरांनी भरकटू नये व लक्ष्मणरेषा ओलांडू नये यासाठी संगणक-प्रणाली-आधारित-संरक्षक-झापडे (गार्डरेल्स) पण ठरवले पाहिजेत. हे सर्व करताना ते नियम खूप क्लिष्ट आणि शब्द जंजाळही नसावेत. कारण, नियम जर कठीण असतील तर ते टाळण्याकडे कल राहील आणि एआयची पुढील प्रगतीपण खुंटेल. तर तसे न होऊ देता, सर्वसमावेशक, सर्व भागीदारांच्या सहकार्याने आणि सध्याच्या 'वसुधैव कुटुम्बकम' च्या युगात जगद्मान्य असे नियम असले पाहिजेत. त्या दृष्टीने प्रयत्नही सुरू झाले आहेत.

गुगल, मेटा, ओपन-एआय व मायक्रोसॉफ्टसारख्या महाबलाढ्य कंपन्यांनी अमेरिकन सरकारसोबत, एआयच्या सुरक्षित विकासाबद्दल करार केला आहे. 'भारतीय दूरसंचार नियामक प्राधिकरण (ट्राय)' ने एआयचे नियमन करण्यासाठी 'जोखीम-आधारित आराखडा' प्रस्तावित केला आहे. यास्वरूपाच्या अनेक प्रयत्नांच्या फलस्वरूप एआय नियमन अजून विस्तृत स्वरूपात अस्तित्वात येईल अशी अशा करूयात. एआयचा वापर अधिक सुरक्षित, समर्पक, अचूक, सन्मार्गाने, नैतिकतेने आणि जबाबदारीने झाला तर सर्वांनाच त्याचा फायदा होणार आहे.

19

तयारी एका मोठ्या स्थित्यंतराची

दावोस येथे भरलेल्या 'वर्ल्ड इकॉनॉमिक फोरम'च्या बैठकीच्या सुमारास 'आयएमएफ'चा (आंतरराष्ट्रीय नाणेनिधी) कृत्रिम बुद्धिमत्ताविषयक एक अहवाल प्रसिद्ध झाला. त्यात एआयच्या सद्यःस्थितीचे विश्लेषण करण्यात आले आहे. भाकिते वर्तविण्यात आली आहेत. ती भविष्यातील वाटचालीच्यादृष्टीने अत्यंत महत्त्वाची आहेत. या अहवालातील ठळक मुद्द्यांचा ऊहापोह.

दावोस येथे भरलेल्या 'वर्ल्ड इकॉनॉमिक फोरम'च्या बैठकीच्या सुमारास आंतरराष्ट्रीय नाणेनिधीचा कृत्रिम बुद्धिमत्ताविषयक एक अहवाल प्रसिद्ध झाला. मानवी बुद्धिमत्तेप्रमाणे जर मशीन, म्हणजेच संगणकप्रणाली कामे करू लागली तर त्यास कृत्रिम बुद्धिमत्ता (एआय) म्हणता येईल. त्यात विषयाचे आकलन करून घेणे, काय करायला पाहिजे ते समजणे, त्यानुसार कृती करणे इत्यादी अनेक पैलूंचा समावेश होतो.

नजीकच्या काळात प्रसिद्ध झालेले जननशील कृत्रिम बुद्धिमत्ता (जनरेटिव्ह एआय) हे विस्तृत अशा एआयचाच एक भाग आहे. त्यात नवनवीन गोष्टींची निर्मिती केली जाते. सर्वांना परिचित असे 'चॅटजीपीटी' हे त्याचेच एक रूप, ज्यात भाषा निर्माण केली जाते. इतर काही प्रणालींमध्ये प्रतिमा-चित्रे तर काहींत चक्क चलत् चित्रे निर्माण केली जातात. एआयच्या या अफलातून क्षमतेमुळे मानवी जीवनावर, व्यवसायांवर आणि अर्थकारणावर काय काय परिणाम होऊ शकेल, याविषयीची चर्चा आणि भविष्यवेध आंतरराष्ट्रीय नाणेनिधीच्या अहवालात आहे. त्याविषयी अधिक जाणून घेऊयात. खरे तर कुठल्याही गोष्टीविषयी भविष्य वर्तवणे अवघडच असते. विषयाचा पट 'जगावरील परिणाम' इतका व्यापक असेल तर आणखीनच अवघड. पण तरीही गोळा केलेल्या माहितीच्या आधारे, विविध प्रवाहांचा अंदाज ढोबळमानाने काढता येऊ शकतो.

एआयच्या प्रभावामुळे इतके सर्वदूर आणि आमूलाग्र बदल होणार आहेत (खरे तर सुरूवात झाली पण आहे) की त्याला पुढील औद्योगिक क्रांतीच म्हणावी लागेल. मागील क्रांत्यांप्रमाणेच त्यावेळेसही कार्यक्षमता वेगाने वाढणार आणि तसेच नोकरी-व्यवसायाची हानी होण्याचीपण शक्यता आहे. कोठे सकारात्मक आणि कोठे नकारात्मक प्रभाव पडेल.

या अहवालानुसार जागतिक पातळीवर जवळपास ४० टक्के नोकरी-व्यवसायांवर एआयचा प्रभाव पडणार आहे. विकसित देशात तर तो जरा जास्तच म्हणजे सुमारे ६० टक्के पण असेल, याचे कारण त्यांच्याकडे मानवी बुद्धिमतेसंदर्भातील नोकऱ्या-व्यवसाय जास्त आहेत. त्यामानाने जे अविकसित देश आहेत, त्यात एआयचा प्रभाव जरा कमी, म्हणजे सुमारे २६ टक्के पडण्याची शक्यता आहे. आता प्रभाव हा सकारात्मक किंवा नकारात्मक असू शकतो. त्याचे प्रमाण ५०-५० टक्के असेल असे वाटते. सकारात्मक म्हणजे उत्पादकता वाढणे, नव्या कल्पनांचे सृजन, क्लिष्ट समस्यांना उत्तरे मिळणे तर नकारात्मक प्रभाव म्हणजे नोकरी-व्यवसायावर गदा, आर्थिक व शैक्षणिक विषमतेत वाढ, इत्यादी.

पूर्वीच्या औद्योगिक क्रांतीने स्वयंचलन (ऑटोमेशन) आणल्याने मध्यम कुशलतेच्या कामांवर प्रभाव पडला होता; पण एआयमुळे उच्च कुशलतेच्या कामांवर, जसे की, वैद्यकीय किंवा संगणकावरील काम, तसेच आर्थिक उलाढाल यासारख्या प्रगत क्षेत्रातही मोठा प्रभाव पडणार आहेत. तोचतोचपणा असणारे, सहज शिकता येणारे काम जे असेल ते एआय इमानेइतबारे नक्की करेल. आता फक्त कामकाजाचे स्वयंचलनच नाही तर विचारांचेही 'स्वयंचलन' केले जाणार आहे. काही कामे पूर्णपणे एआय करेल तर काहींत ते मदतनीस म्हणून काम करेल. काही उदाहरणे पाहूयात. सध्या सॉफ्टवेअर कंपन्यांमध्ये खालच्या स्तरांवर सॉफ्टवेअर इंजिनिअर १, सॉफ्टवेअर इंजिनिअर २ हे हुद्दे असलेले कर्मचारी प्रोग्रामिंगची कामे करतात. त्यावरील पातळीवर 'सॉफ्टवेअर लीड' (गटप्रमुख) हे त्यांचे प्रोग्रॅम तपासणे, मार्गदर्शन करणे, प्रणाली-प्रक्रिया यांचे नियोजन करणे, अशी जरा प्रगत कामे करतात. सध्या उपलब्ध असलेले एआयपण बऱ्यापैकी प्रोग्रॅमिंग करू लागले आहे. नजीकच्या काळात ते इंजिनीअर १-२ प्रमाणे प्रोग्रॅम लिहायला लागल्यावर मग त्यांचे काय होणार? याकरिता विद्यार्थ्यांना स्वतःला इतके प्रशिक्षित करावे लागेल की, सुरूवातीपासूनच 'सॉफ्टवेअर लीड'सारखे काम हाती घ्यावे लागेल.

एआयचा प्रभाव फक्त तंत्रज्ञान क्षेत्रातच नाही, तर अन्य सर्जनशीलतेच्या क्षेत्रातही पडायला लागला आहे. एआय कविता लिहितो, चित्र काढतो, गाणे बनवतो अगदी रंजक कथा पण लिहितो. याचाच अर्थ, जर तुम्ही फक्त 'ट' ला 'ट' जुळवणारी आशयहीन कविता लिहित असाल किंवा एखाद्या आंग्ल गाण्यावरून प्रभावित होऊन संगीत देणार असाल तर तुमचे काही खरे नाही. नाही का? तुमची सर्जनशीलता, मानवी भावना, आयुष्याचे अस्सल अनुभव, संस्कार, सखोल चिंतन आणावे लागेल, तरच एआयवर मात करता येईल. एआयला इतक्या वरच्या पातळीवर पोहोचवणे अवघड आहे, याचे कारण हे मानवी पैलू त्याला प्रशिक्षित केलेल्या माहिती(डेटा) मध्येच नाहीत (सध्यातरी!!) तर त्याला या गोष्टी कळणारही नाहीत. आढ्यातच नाही तर पोहोच्यात कुठून येणार?

सर्वसाधारणपणे एआयमुळे मानवी उत्पादकता तर वाढेलच; पण त्यापेक्षा मानवी क्षमतांचाही विस्तार होईल. ज्यांची उत्पादनक्षमता जास्त त्यांच्याकडे पैशाचा ओघ नक्कीच वाढणार. अशा पद्धतीने काही मोजक्या लोकांच्या, देशांच्या हातात एआयची शक्ती एकवटली तर त्याचा परिणाम आर्थिक दरी वाढण्यात होणार. अशी ही कारण-परिणामांची मालिकाच सुरू होण्याची शक्यता आहे. एआय तंत्रज्ञान आत्मसात करण्यावाचून आता गत्यंतर नाही. हे तंत्रज्ञान विद्यार्थ्यांना, तरुणांना शिकणे एकवेळ शक्य होईल; पण ज्येष्ठांचे तसेच वरिष्ठ कर्मचाऱ्यांचे काय? त्यांनाही नवीन कौशल्ये शिकावी लागणार,

नवीन विषय शिकण्याची तयारी ठेवावी लागणार. एआयची त्सुनामी रोखणे अवघड आहे, त्यामुळे त्यावर आरूढ होण्यासाठी काय काय करावे लागेल, त्यासाठी आपली किती तयारी आहे, हे जोखण्यासाठी या अहवालात एक 'कृत्रिम बुद्धिमत्ता तयारी मानक' (एआय प्रिपेअर्डनेस इंडेक्स) सुचवले आहे. त्यात पुढील चार भाग येतात. 'डिजिटल पायाभूत सुविधा'मध्ये माहिती (डेटा) साठवण, इंटरनेट प्रसार व त्यावर आधारित संगणक प्रणालींचा विकास यासारख्या गोष्टी येतात. 'मानवी भांडवल व कामगार धोरणे' यात हितसंबंध संरक्षण, एआय प्रशिक्षण अशा गोष्टी येतात. नवसंशोधन एकत्रीकरण (इनोव्हेशन इंटिग्रेशन) यात नवीन कल्पनांना प्रोत्साहन देणे, बहुविध प्रणालींचा संवाद घडवून आणणे यांसारखे विषय येतात तर 'नियमन-नैतिकता' यामध्ये माहितीचा भेदभावरहित वापर, वैयक्तिक माहितीची जपणूक, वैधानिक तत्त्वे, पारदर्शकता इत्यादी विषय येतात. या सर्व पैलूंवर आपण कोठे आहोत हे तपासून, पुढील प्रगतीसाठी आपल्याकडे काय आराखडा (रोडमॅप) आहे, हे महत्त्वाचे असेल. त्यावरच आपण एआयला कसे तोंड देणार हे ठरेल.

आंतरराष्ट्रीय नाणेनिधीचा हा अहवाल जागतिक भविष्यावर एआयच्या परिणामांचे एक सूचक चित्र रेखाटतो आहे. आर्थिक विकासाला चालना देण्यासाठी, अनेक नोकऱ्या-व्यवसाय सुधारण्यासाठी सर्वांचा फायदा होईल आणि असमानता कमी होईल, यासाठी आपली तयारी काय आहे हे तपासण्याची एक पद्धतदेखील या अहवालाने सुचवली आहे. त्याचा किंवा तत्सम मापदंडांचा आधार घेऊन, सजगतेने नियोजन करून आपल्या सर्वांना भविष्य घडवावे लागेल.

20

सत्य - असत्यासी 'तंत्र' केले ग्वाही

पॅरिसमध्ये पार पडलेल्या व 'आर्थिक सहकार्य ' आणि विकास संघटनेने आयोजित केलेल्या एका कार्यक्रमात जपानचे पंतप्रधान किशिदा यांनी एआय नियमन आराखड्याची घोषणा केली. हे प्रयत्न आवश्यक आहेत , यात शंका नाही . मात्र नियमांची चौकट व आखलेली लक्ष्मणरेखा ही काळानुसार बदलणारी , नूतन तंत्रज्ञानानुसार लवचिक होणारी असावी .

ऑस्ट्रेलियातील क्वीन्सलँड विद्यापीठाने कृत्रिम बुद्धिमत्ते (आर्टिफिशिअल इंटेलिजन्स, एआय) विषयी केलेल्या सर्वेक्षणात असे आढळून आले की, जवळ जवळ दोन तृतियांश लोकांना वाटते की एआयवर जरूर नियंत्रण असावे. एआयचे फायदे सर्वांना माहीत असले तरी त्याच्या संभाव्य धोक्याची जाणीव पण, 'डीप फेक' (बनावटी चित्रे-व्हिडिओ) यांसारख्या उदाहरणांनी झाली आहे. प्रगत देश याविषयी नियमन-कायद्यांविषयी प्रयत्न करीत आहेत. याच संदर्भात, पॅरिसमध्ये पार पडलेल्या व 'आर्थिक सहकार्य आणि विकास संघटने'ने आयोजित केलेल्या एका कार्यक्रमात जपानचे पंतप्रधान किशिदा यांनी एआय नियमन आराखड्याची घोषणा केली. त्यात 'सृजन कृत्रिम बुद्धिमत्तेने (जनरेटिव्ह एआय, जेन-एआय)' उभी केलेली आव्हाने, त्याचा जागतिक प्रभाव आणि नियमन-नियंत्रणाविषयीच्या मुद्द्यांचा उहापोह केला आहे. याविषयी जरा सखोल जाणून घेऊयात.

'जेन-एआय' ही एआयचीच एक उपशाखा असून त्यात सृजनावर म्हणजेच नवीन गोष्टी (चित्रे, आवाज, भाषा, इ.) बनवणाऱ्या प्रणालींचा समावेश होतो. चॅटजीपीटी हे त्याचे प्रचलित उदाहरण आहे, ज्यात तुम्ही प्रामुख्याने विविध भाषाविषयक गोष्टींची निर्मिती करू शकता. सूचना (प्रॉम्प्ट) देईल तसे उत्तर ही प्रणाली देते. कथा लिहायला सांगा, कविता लिहायला सांगा, संगणक प्रोग्रॅम लिहायला सांगा, सारांश काढायला सांगा, इत्यादी अनेक गोष्टी ते लीलया करीत असल्याने जगभरात ते कमालीचे लोकप्रिय झालेले आहे. त्याच पद्धतीने, प्रॉम्प्ट देऊन चित्रे बनवणाऱ्या, ध्वनी तयार करणाऱ्या प्रणाल्या पण आता उपलब्ध आहेत. पण त्यामुळे अशी परिस्थिती निर्माण झाली आहे की, एखादा लेख अथवा चित्र माणसाने बनवले आहे की जेन-एआयने, हे समजणे अवघड होत चालले आहे. त्याचा 'डीप फेक' (उदाहरणार्थ, एखाद्या व्हिडीओमधील व्यक्तीचा फक्त चेहरा

बदलून दुसऱ्या-प्रसिद्ध व्यक्तीचा चेहरा त्यावर लावणे, जेणेकरून असा भास होईल की, त्या प्रसिद्ध व्यक्तीचाच तो व्हिडीओ आहे) सारख्या, बनावट आवाज वापरण्यासारख्या, खोटी माहिती पसरवण्यासारख्या गोष्टींमध्येही वापर सुरू झालेला आहे. त्यावर आळा कसा घालता येईल यासंदर्भात जनतेत, कंपन्यांमध्ये आणि सरकार-दरबारी चर्चा-योजना सुरू झाल्या आहेत.

जपानने मागील वर्षी 'हिरोशिमा एआय प्रोसेस'ची घोषणा केली होती. ज्या ज्या कंपन्या एआय प्रणाली-प्रारूपे (मॉडेल्स) बनवत आहेत त्यांच्यासाठी आचारसंहिता आणि मार्गदर्शक तत्त्वे लागू करण्याची मागणी त्यात करण्यात आली होती. या आराखड्यास ४९ देशांनी मान्यता देऊन तो स्वीकारला होता. आता त्याचा पुढील टप्पा म्हणून पंतप्रधान किशिदा यांच्याकडून हा आंतरराष्ट्रीय आराखडा जाहीर करण्यात आला आहे. यातील तरतुदी लवकरच प्रसिद्ध केल्या जाणार आहेत. एआय नियमनाचे काम एकट्या-दुकट्या देशाने करून भागणार नाहीये. जागतिकीकरणामुळे, परस्पर अवलंबित्वामुळे जागतिक सहयोग-सहकार्याची गरज असणार आहे. समान नियंत्रक तत्त्वांमुळे सुसूत्रता तर येईलच पण नियमन-मानके तयार झाल्यावर त्यांच्या अंमलबजावणीस सुलभता येईल. हे नियमन कशा प्रकारे केले जाईल, त्यात नक्की काय पाहिले जाईल आणि त्यामुळे काय फायदे होतील याविषयी काही मुद्दे बघुयात.

जेन-एआयचा वापर संगणक प्रोगामिंग, वैद्यकीय, विधी, वित्त यांसारख्या क्षेत्रातच नाही तर साहित्य-कला-चित्रपट यांसारख्या सृजनशील क्षेत्रातपण जोरात होतो आहे. त्यामुळे तेथे अनेक प्रकारचे धोके निर्माण होत आहेत. तर यांचे नियमन कसे करायचे, प्रथमतः: नियमन करणे शक्य आहे का? आणि असेल तर कसे?, ते पाहू.

जेन-एआयच्या प्रणाल्या व प्रारूपे अजस्त्र मोठ्या असतात. त्यांच्या प्रशिक्षणात करोडोंनी शब्दसंग्रहांचा उपयोग केलेला असतो. त्यामुळे त्याने दिलेले उत्तर हे नक्की कोठली माहिती वापरून तयार केले आहे हे समजणे दुरापास्त असते. याचाच अर्थ, की एखादे चुकीचे उत्तर आले किंवा खोटी माहिती आली तर ती कशामुळे आली हे शोधणे जिकिरीचे ठरते. मग नियंत्रण ठेवायचे तरी कसे? पुन्हा दररोज नव-नवीन मॉडेल्स येत आहेत, त्यांचा प्रशिक्षणाचा डेटा (विदा, माहिती) वेगळा, त्यांचे न्यूरल नेटवर्क (प्रारूपाचा संगणकीय आराखडा) वेगळे, या सर्वांवर कसे लक्ष ठेवायचे, हे महत्त्वाचे आव्हान आहे. सर्व तपासत बसलो तर त्यातच वेळ जाणार, नवीन प्रणाल्यांना यायला वेळ लागणार आणि त्यामुळे पुढील संशोधनाला खीळ बसणार, असा पेच निर्माण झाला आहे. इकडे आड तर तिकडे विहीर. यावर उपाय शोधण्यासाठी काही मार्गदर्शक तत्त्वांचा विचार मात्र केला जाऊ शकतो.

पहिले म्हणजे 'स्वामित्व'. ज्यांनी एखादी प्रणाली बनवली असेल त्यांची त्याच्यातून येणाऱ्या उत्तरांची पूर्ण जबाबदारी घेणे. 'आम्ही प्रशिक्षणासाठी दुसऱ्यांचा डेटा घेतला आहे' यांसारख्या सबबी चालणार नाहीत. उत्तरे देण्याआधी त्यांची नैतिकतेची, सत्यतेची तपासणी आणि संगणकीय कुंपणे (गार्डरेल्स) लावण्याची जबाबदारी पण त्यांची. एखाद्या उत्तराने कोणाची मानहानी झाली तर कोर्टात तोंड देण्याची जबाबदारी पण. संपूर्ण स्वामित्व.

दुसरे तत्त्व पारदर्शिकतेचे. ज्यांच्या जेन-एआय प्रणाल्या-मॉडेल्स बंद-गुप्त (क्लोज्ड सोर्स) स्वरूपाच्या आहेत त्यांवर जनमानसात शंका जास्त येते. यावर उपाय म्हणून काही

कंपन्यांनी त्यांची मॉडेल्स खुली (ओपन-सोर्स) केली आहेत. त्यामुळे वापरलेले न्यूरल नेटवर्क काय आहे आणि (उघड केले असेल तर) कुठला डेटा प्रशिक्षणाला वापरला आहे याची माहिती सार्वजनिक केलेली असते. साधारणतः: या सर्वसामान्यांसाठी वापरायला फुकट सुद्धा असतात. यामुळे चांगली तपासणी होऊ शकते, बदल सुचवले जाऊ शकतात. स्वामित्वाची जबाबदारी कमी होत नसली तरी लोकांना त्याविषयी जास्त विश्वास वाटू शकतो. काही शास्त्रज्ञ ओपन-सोर्स-मॉडेल्स याची भलावण यासाठीच करतात. पण अशी मॉडेल्स सर्व कंपन्या लोकांना फुकट का वापरायला देतील? त्यांच्या प्रशिक्षणासाठी खर्च केलेले करोडो डॉलर्स मग त्या परत कसे मिळवणार? ते धंद्याला मारकच नाही का? तर यावर उपाय काय, हा कळीचा मुद्दा आहे.

तिसरे तत्त्व म्हणजे 'डेटा'. जेन-आय मॉडेल्सच्या प्रशिक्षणासाठी वापरण्यात आलेला डेटा कोठून आणला आहे? त्याच्या मालकांची परवानगी घेतली आहे का? त्यात काही पक्षपाती (बायस) तत्त्वे दडली आहेत का? त्यात कोणाची खाजगी अथवा गोपनीय माहिती आहे का? असे असंख्य प्रश्न निर्माण होतात. 'जसा डेटा तसे मॉडेल' हे ब्रीद असल्याने डेटा-तपासणी (ऑडिट) अत्यंत महत्त्वाचा मुद्दा नियमकांना विचारात घ्यावा लागणार आहे.

चौथे तत्त्व 'अंमलबजावणी' विषयी. मार्गदर्शक तत्त्वे बनवली तरी ती कशी वापरणार? प्रत्येक नवीन मॉडेलची तपासणी करून ते योग्य-सुरक्षित असल्याचे प्रमाणित (सर्टिफिकेट) करणार का? डेटा ऑडिटिंग कसे करणार? त्याच्यासाठी लागणाऱ्या संगणकीय प्रणाली (टूल्स) कोण बनवणार? आणि हे सर्व करण्यासाठी एआय-प्रशिक्षित मनुष्यबळ कसे निर्माण करणार? असे विविध प्रश्न आहेत. मॉडेल्स ओपन-सोर्स असतील तर या संदर्भात जनसामान्यांची मोठी मदत होऊ शकते. न्यूरल नेटवर्कची आणि वापरण्यात आलेल्या डेटाची माहिती सार्वजनिक केली असल्यास त्याविषयी प्रशिक्षण देणे आणि तपासणी-टूल्स बनवणे सुलभ होऊन जाईल.

अशा सर्व मुद्द्यांचा सखोल विचार करून, जागतिक सहकार्याने, विविध क्षेत्रातील तज्ज्ञाची मते जाणून घेऊन नियामक आराखडा बनवावा लागणार आहे. एकुणातच विचार करता असे वाटते की, एआय वर नियंत्रण तर नक्कीच असावे पण त्यासाठी केलेली नियमांची चौकट व आखलेली लक्ष्मणरेखा ही काळानुसार बदलणारी, नूतन तंत्रज्ञानानुसार लवचिक होणारी आणि सुधारणेस वाव असणारी असावी, ही अपेक्षा.

21

'लक्ष' द्यावे उमजून

मोबाईल न वापरता राहण्याचा एक दिवस प्रयत्न करा. काही न करता बसून राहण्याने बऱ्याच गोष्टी साध्य होतात. मन शांत होते. आयुष्याच्या जमा-खर्चाचा मेळ लावता येतो, नवनवीन कल्पना सुचतात आणि बरेच काही साधते.

फार पूर्वीची अर्थव्यवस्था शेतीवर आधारित होती. औद्योगिक क्रांतीनंतर उद्योग व सेवा-क्षेत्र हे अर्थव्यवस्थेचा महत्त्वाचा भाग होऊ लागले. संगणक आणि इंटरनेट क्रांतीमुळे इन्फॉर्मेशन (माहिती) ची अर्थव्यवस्था बळ धरू लागली आणि सध्या, मोबाईल व समाज माध्यमांमुळे एक नवीनच अर्थव्यवस्था प्रभावी होत चालली आहे. त्याला 'अटेन्शन इकॉनॉमी' म्हणजेच 'लक्ष अर्थव्यवस्था' म्हणू शकतो. १९९७च्या 'अटेन्शन शॉपर्स' लेखात शास्त्रज्ञ मायकल गोल्डहाबर यांनी 'लक्ष' आधारित अर्थव्यस्थेची पहिल्यांदा वाच्यता केली. त्यांच्या म्हणण्यानुसार सध्या स्पर्धा ही फक्त माहिती पुरवण्यात राहिलेलीच नाही तर तुमचे लक्ष राखण्याकडे वळलेली आहे. एखादी वस्तू घ्यायची असेल तर इंटरनेटवर त्याची माहिती असंख्य ठिकाणी मिळू शकते, पण जर एखादी साईट जास्त खिळवून ठेवणारी असेल तर तुम्ही तेथे जास्त वेळ थांबाल तर तुम्हाला जास्त वेळ जाहिराती दाखवता येतील मग त्या साईटच्या कंपनीला त्याचा जास्त फायदा होईल, नाही का? सध्या माहितीची वानवा-कमतरता नसून तुमच्या 'लक्षा'ची आहे. सध्याच्या डिजिटल युगातील कंपन्यांचे तुमच्या लक्षावर लक्ष आहे आणि त्यातून मिळणारा अमाप नफा हे त्यांचे 'लक्ष्य' आहे.

बऱ्याच जणांना वाटते की हे सारे मला मस्त फुकट वापरायला मिळत आहे, छान छान व्हिडीओ बघायला मिळत आहे, धमाल करमणूक होत आहे, पण नीट विचार केलात तर असे लक्षात येईल की हे बिलकुल फुकट नसून तुम्ही (म्हणजे तुमचे 'लक्ष') विकले जात आहात. जेवढे जास्त तुमचे लक्ष ते खेचतील, गोळा करतील, तेवढा जास्त जाहिरातींचा महसूल. 'लक्ष अर्थव्यवस्था' तुम्हाला मोबाईलला किंवा स्क्रीनला जखडून ठेवण्याकडे भर देते. एखादा व्हिडीओ अथवा रील पाहात असतानाच दुसरे समोर येते अथवा सुचवले जाते. फोटोंचे-छायाचित्रांचे पण तसेच. आपण एका मागून एक बघायला लागलो की तासंतास कसे गेले हे कळतच नाही. सतत काहीतरी नवीन, आकर्षक समोर येत राहते,

'डोपामाईन' मिळते, मग अजून अजून बघावेसे वाटते. ग्रुपवर काही संदेश (मेसेज-नोटिफिकेशन) आला की लगेच वाचावेसे वाटते, उत्तर नाहीतर किमान ईमोजी तात्काळ टाकावीशी वाटते. बॉसच्या इमेलला तर उत्तर पुढच्या मिनिटालाच गेलेच पाहिजे याची धडपड, अगदी विषय खूप तातडीचा नसताना सुद्धा. हे सर्व अगदी व्यसनाधीनतेकडे नेण्यासारखेच आहे. काही कारणांनी मोबाईल-समाज-माध्यम वापरायला नाही मिळाले, जवळ नसेल तर अस्वस्थ व्हायला होते, चिडचिड-त्रागा तर काहीच नाही, वैफल्याकडे वाटचाल सुरू होते.

मोबाईलयुगाच्या आधीचे दिवस आठवा! तेव्हा पण आपण गोष्टी लक्ष देऊनच करायचो. पुस्तक वाचणे, नाटक-सिनेमा पाहणे. त्यामुळे 'लक्ष' हे स्वतःहून काही वाईट नाही. पण सतत बदलणारे लक्ष घातक आहे. त्याला 'कॉन्टेक्सट स्विचिंग' म्हणजेच 'लक्ष वेगवेगळ्या गोष्टींकडे वारंवार बदलत राहणे' असे म्हणतात. लक्ष सतत विचलित होत राहते. एका ग्रुपवरील मेसेज बघितला की लगेच दुसरा ग्रुपवर नजर गेलीच समजा. पहिल्या रीलनंतर दुसरे. ब्राऊझरमध्ये तर असंख्य टॅब्स उघडलेले. याने विचारांची स्थिरता होत नाही. काही नीट समजण्याच्या आताच दुसरे येत असल्याने खोल विचार होत नाही, नीट मनन होत नाही, चिंतन तर दूरच. किंबहुना नीट विचार करावा लागेल असे काही बघावेसेच वाटत नाही. जरा मोठा लेख आला तर तो टाळून आपण पुढे जातो, नाही का? कॅलिफोर्निया-अरवाईन विद्यापीठातील ग्लोरिया मार्क यांच्या संशोधनानुसार एखाद्या व्यत्ययानंतर पुन्हा पूर्वीच्याच सखोल विचार स्थितीत यायला सर्वसाधारणपणे २३ मिनिटे लागतात, पण सध्या लगेच दुसऱ्या मिनिटाला अजून एक नोटिफिकेशन-व्यत्यय आलेलाच असतो. यामुळे आपली सखोल-विचार क्षमता हळूहळू क्षीण होत चालली आहे. तुम्हालापण स्वतःमध्ये व इतरांमध्येही जाणवले आहे का, की काही खूप नीट व खोल विचार करण्याच्या कामांना आता जास्त वेळ लागतो, किंवा जमतच नाही. औद्योगिक भाषेत बोलायचे झाले तर आपली 'उत्पादकता' कमी होत आहे.

उथळपणाकडे आणि सनसनाटी गोष्टींकडे कल जास्त वाढत चालला आहे. याची स्वतःवर एक चाचणी घेऊ शकता. तुम्ही सध्या कधीही (किंवा अगदी सुट्टीच्या दिवशी) सलग एक तास, शांत चित्ताने एखादे पुस्तक (मासिक-वर्तमानपत्र नव्हे) वाचू शकता का? उत्तर नाही असेल तर, विषय गंभीर आहे असे समजा. अजून एका प्रकारे 'स्व' ची ओळख करून घेण्यासाठी तुमच्या मोबाईलमधील 'डिजिटल वेल बीइंग' सारखी ॲप बघा. त्यात तुम्ही दिवसभरात कोठल्या ॲप वर किती वेळ घालवता हे दिसते. हे आकडे डोळे उघडणारे ठरू शकतात.

मोठ्या समाज माध्यम कंपन्या खरंतर फक्त एक प्लॅटफॉर्म (मंच) उपलब्ध करून देत असतात. तुमच्यातलेच काही प्रभावक(इन्फ्लुएन्सर्स) काही गोष्टी (मिम्स, पिक्चर्स, रील्स, पॉडकास्टस इ.) बनवतात आणि आपण सर्व ते पाहत बसतो. नाही म्हणायला या प्रभावकांना (अगदी मोजक्याच, खूप जनसंग्रह असणाऱ्या) ठीकठाक पैसेही मिळतात. त्यामुळे मागणी-निर्माण-उपभोग-अजून मागणी-अजून निर्माण हे चक्र अव्याहत चालूच राहते. फायदा प्रामुख्याने आंतरराष्ट्रीय बलाढ्य कंपन्यांचा. काही वेळेला या कंपन्या दादागिरी पण करतात. कुठल्या विचारधारेचा मजकूर ठेवायचा, कोणाला बढावा द्यायचा हे त्यांच्या (त्यांनी बनवलेल्या प्रणाल्यांच्या, अल्गोरिदम्सच्या) हातात असल्याने ते केवळ समाजमन वळवतच नाही तर मोठ्या प्रमाणात नियंत्रित करतात. मागील निवडणुकांमध्ये

त्याचा परिचय आपल्याला झालाच असेल. त्यामुळे ज्यांचा समाज माध्यमांवर ताबा त्यांचा (काही प्रमाणात का होईना) जगावर व जगाच्या समाजमनावर ताबा राहतो हे एक ढळढळीत सत्य आहे. मोठी ताकत आहे ही. वसाहतवादाचे हे आधुनिक रूप तेही तुमच्या नकळत. मोबाईल व पर्यायाने समाज माध्यमांचा वापर हा समाजाला व्यसनाधीनतेकडे नेण्यात होतो आहे.

कुठल्याही सार्वजनिक ठिकाणी पाहिले, तर बऱ्याचशया लोकांचे लक्ष कोठे असते तर मोबाईलमध्ये. कोणी विचारांची तंद्री लावून शून्य आकाशात बघताना दिसतो का? तर, फारच क्वचित. याचा परिणाम वैयक्तिकच नाही, सामाजिकच नाही तर आंतरराष्ट्रीय सुरक्षेवर पण होऊ शकतो. अशी विचार-क्षीण, मोबाईल मध्ये गुरफटलेली जनता कोठल्या शत्रू राष्ट्राला नको आहे?

एवढ्या सगळ्या वाईट गोष्टी ऐकल्यावर आपल्याला वाटेल की मग मोबाईलचा, समाज माध्यमांचा त्यागच करायचा का? तर, नक्कीच नाही. यांचा प्रभावी पद्धतीने वापर करता येतोय. त्यांनीच ज्ञानाची कवाडे सर्वसामान्यांसाठी खुली केली आहेत. जगातील कानाकोपऱ्यातील नातेवाईकांना, मित्रमंडळीना जवळ आणले आहे. संवाद वाढला आहे. पारदर्शिकता वाढली आहे. लोकशाही जास्त सुदृढ झाली आहे कारण आता जनतेपासून काहीही लपवणे अवघड होऊन बसले आहे. घरबसल्या काम करणे शक्य झाले आहे. आपली आर्थिक-जीवन पद्धती आमूलाग्र बदलली आहे. हे सर्व फायदे नक्कीच आहेत. आक्षेप आहे तो त्यांच्या वायफळ अति-वापराबद्दल आणि कालांतराने होणाऱ्या व्यसनाधीनतेबद्दल.

आपल्या हातात आहे की या सर्वांचा सकारात्मक वापर कसा वाढवता येईल आणि दुष्परिणाम कसे कमी करता येतील. ज्यांची रोजी-रोटीच मोबाईल-समाज-माध्यम आणि कायम ऑनलाईन राहण्यावर अवलंबून आहे त्यांना काही पर्याय नाही पण ज्यांची तशी परिस्थिती नाही त्यांचासाठी काही उपाय सुचवता येतील. पहिला उपाय म्हणजे 'डिजिटल मिनिमलिझम' म्हणजेच या तंत्रज्ञानाचा कमीत कमी वापर. अनावश्यक ॲप्स, अकाउंट्‌, सबस्क्रिप्शन्स, डिव्हाइसेस काढून टाकणे, अगदी मन मारून. अजून पुण्य पाहिजे असेल तर 'डिजिटल फास्टिंग' म्हणजेच समाज-माध्यम-मोबाईलला न वापरत करण्यात येणारा उपवास, आठवड्यातून १-२ दिवस. शाळेत जाणाऱ्या मुलांच्या हातात फक्त कॉल करता येणारे डब्बा-फोन्स, असे बरेच काही. असे विचारावेसे वाटते की तुम्ही, नजीकच्या काळात कधी 'बोअर' (कंटाळा) झाला होतात? मोबाईलमुळे पुढ्यात इतक्या गोष्टी वाढून ठेवल्या आहेत की कंटाळा येणेच दुरापास्त झाले आहे. 'बोअर' होणे किंवा काही न करता बसून राहणे याने खरंतर बऱ्याच गोष्टी साध्य होतात. मन शांत व्हायला लागते, बाह्य-उत्तेजनेशिवाय विचार करता यायला लागतो, आयुष्याच्या जमा-खर्चाचा मेळ लावायला वेळ मिळतो, नवीन कल्पना सुचतात आणि अजून बरेच काही. गंमत म्हणून एखादा तास काही न करता, एकटे बसून बघाच .

22

युद्ध येई आपुल्या दारी

सत्ता काबीज करण्यासाठी एका देशाने दुसऱ्या देशाशी केलेले युद्ध हे पूर्वापारपासून चालू आहे. देशांतर्गत सत्ताबदलासाठी आंदोलने पेटवून गृहयुद्ध घडवणे पण आता जोर धरू लागले आहे, तेही परकीय महसत्तांच्या इशाऱ्यावर. भारतासमोरील अशा आव्हानांचा, त्यांच्या आधुनिक तंत्रांचा आणि संभाव्य उपायांचा या लेखात उहापोह केला आहे.

आपल्या शेजारील राष्ट्र काय किंवा युरोपात काय, जगात अशांतता ही वाढतानाच दिसत आहे. या सर्वांच्या मागे काही जागतिक-अदृश्य हात असावेत ही चर्चा उघडपणे होत आहे. दोन सैन्यांमधील युद्ध आपण एक वेळ समजू शकतो पण जनतेच्याद्वारे उठाव करवून, लोकशाही मार्गाने आलेले सरकार उलथवून टाकणे हा प्रकार आपण सध्या आपल्या शेजारील राष्ट्रात बघत आहोत. ते एका प्रकारचे छुपे युद्धच आहे, तेही सैन्याशिवाय. असा सत्ताबदलाचा प्रकार काही नवीन नाही. वेगवेगळ्या प्रकारे आंदोलन करवून, जनतेत भ्रांती पसरवून, वेगवेगळ्या क्लृप्त्या लढवून, अनेक मार्गाने जागतिक महासत्ता हे घडवत आल्या आहेत. याचे लोण आपल्या देशात, आपल्या दारी पण येऊ शकते. याची अनेक पदचिन्हे उघडपणे आपल्याला दिसायला लागली आहेत म्हणूनच हा विषय समजणे महत्त्वाचे.

युद्ध म्हटले की आपल्या डोळ्यासमोर दोन सैन्य एकमेकांसमोर उभी ठाकली आहेत असे दृश्य येते. पण त्याचेही अनेक प्रकार आहेत. खरेतर युद्धांची पण उत्क्रांती झालेली आहे. त्यांचाही पिढ्या म्हणता येतील असे टप्पे आहेत. ते थोडक्यात पाहू.

पहिल्या पिढीतील युद्धे मानवी शक्तीवर अवलंबून असणारी होती. लाठ्या-काठ्यांची, ढाल-तलवारीची. दोन्ही सैन्ये एका ठिकाणी येऊन जो जास्त बलशाली व शूर त्याचा विजय अशी पद्धत होती, जसे की, रामायण, महाभारत यात वर्णन केलेली युद्धे.

दुसऱ्या पिढीतील युद्धे औद्योगिक क्रांतीनंतरची. बंदुका, मशिनगन, विमाने सारखी यांत्रिक साधनांची व शस्त्रांची. पहिल्या महायुद्धाला या प्रकारात मोडता येईल.

तिसऱ्या पिढीतली युद्धे जास्त यांत्रिक व बहू-आघाड्यांची होती. दुसऱ्या महायुद्धात हिटलरने ब्लिट्झक्रीगसारखा मार्ग वापरला ज्यात अनेक आघाड्यांवर एकाच वेळी युद्ध

सुरू करायचे आणि शत्रूला विविध अंगाने नेस्तनाबूत करायचे.

येथपर्यंतची युद्धे ही प्रामुख्याने सैन्यांमध्ये होती आणि सर्वसामान्य जनतेला जरी नुकसान पोहोचत असले तरी त्यांचा लढण्यात सक्रिय सहभाग नव्हता. यापुढे मात्र ही परिस्थिती बदलली.

चौथ्या पिढीतील युद्धात सैन्य आणि जनता यातील फरक अस्पष्ट झाला. देशभक्तीच्या भावनेने म्हणा किंवा धार्मिक कट्टरतेमुळे जनता पण युद्धात उतरली. घुसखोरी, अतिरेकी हल्ले अधिकृत सैनिक नसलेल्यांकडून होऊ लागले. या प्रकारच्या युद्धातून मात्र बऱ्याच वेळेला महासत्तेलासुद्धा पळ काढावा लागला आहे.

पाचव्या पिढीतील युद्ध हे प्रामुख्याने विचारांच्या-मानसिकतेच्या पातळीवर केले जाते आणि त्याचा उद्रेक मात्र जमिनीवरील लढ्यात होतो. समाजातील विविध गटात भांडणे लावणे, धर्मांधतेला खतपाणी घालणे, भ्रष्टाचारातून राजकीय पक्षांना अथवा त्यांच्या नेत्यांना, शासकीय व्यवस्थेला, न्यायव्यवस्थेला, विद्यापीठांना, वृत्तमाध्यमांना विकत घेऊन त्यांच्यातर्फे आपला अजेंडा (स्वार्थ) साधून घेणे असली कामे केली जातात. एखाद्या देशाचे भवितव्य प्रामुख्याने मध्यमवर्गावर अवलंबून असल्याने त्यांना लक्ष्य केले जाते. गट-गटात भेद करून, समाजमाध्यमांच्या आधीन करून, मोबाईल-व्यसनाधीन करून मध्यमवर्गाला निरुत्साही आणि शक्तिहीन बनवले जाते. कोठलीही कौशल्ये आत्मसात करण्याची, कष्ट करण्याची शक्ती-सवय गमावल्याने पूर्ण पिढीच हतबल केली जाते. ही पद्धत सध्या जास्त वापरात दिसत आहे आणि ते चित्र आपल्याला आजूबाजूला दिसत आहेच. यापुढे येऊ घातलेल्या काही अजून युद्ध-पिढ्या पण आहेत आणि त्यांच्या कारभाराच्या चाहूलखुणा आताच दिसायला लागल्या आहेत.

सहाव्या पिढीतील युद्धात सैन्याने जवळ येण्याची आवश्यकताच नाही. दुरूनच, स्वतःला काही नुकसान न करून घेता, आधुनिक तंत्रज्ञानाचा आणि कृत्रिम बुद्धिमत्तेचा वापर करून, स्वयंचलित पद्धतीने ते लढले जाते. शत्रू-जनतेचा समाज-माध्यमातील वापरावर नजर ठेवून, त्यांची ठिकाणे बघून त्यावर आपोआप क्षेपणास्त्र टाकली जाऊ शकतात. ड्रोन्सची टोळधाड आपल्यावर सोडण्यात येऊ शकते. गाझा आणि युक्रेन युद्धात याचा वापर सुरू झालेला दिसतो.

सातव्या पिढीतील युद्ध हे आभासी विश्वात लढले जाणार आहे. त्यात आंतरजालाच्या माध्यमातून आक्रमण करून तुमच्या वित्तीय संस्था बंद पाडणे, विमान व बस सेवा बंद पाडणे, जल किंवा विद्युत सेवा ठप्प करणे असे मार्ग वापरून तुम्हाला हतबल केले जाते. प्रामुख्याने रक्तरहित पण प्रचंड नुकसान केले जाते. याचे एखाद-दुसरे का होईना नजीकच्या काळातील उदाहरण आपल्याला आठवत असेल.

'बळी तो कान पिळी' या तत्त्वानुसार काही जागतिक आणि आक्रमक महासत्तांमध्ये संपूर्ण जग आपल्या कह्यात खेचण्याची स्पर्धा चालू आहे. का तर, जगातील संसाधनांवर फक्त आपला अधिकार असावा या महत्त्वाकांक्षेतून. इतर छोट्या राष्ट्रांचे यात एकतर नुकसान तरी होते किंवा ते प्यादे बनून मांडलिक होतात, आपल्या काही शेजाऱ्यांप्रमाणे. भारत काही अशी आक्रमक संस्कृतीची महासत्ता नसल्याने आपली ठामपणे उभे राहण्याची काय तयारी आहे याचा विचार केला पाहिजे. प्रथम दर्शनी काही उपाय सुचत आहेत त्यातील कोही वानगीदाखल देत आहे.

'आत्मनिर्भर भारत' हा एक गंभीर आणि आवश्यक विचार आहे. अन्न-सुरक्षा, ऊर्जा-

सुरक्षा आणि वित्त-विदा (डेटा) सुरक्षा हे यातील महत्त्वाचे घटक/टप्पे आहेत. यासारख्या मूलभूत गरजांवर आपल्याला इतर कोणावरही, अगदी मित्र राष्ट्रावरही अवलंबून राहता कामा नये. नाहीतर आपल्याला कठपुतळीप्रमाणे दुसऱ्यांच्या तालावर नाचावे लागेल.

सर्वांनाच, खास करून तरुण पिढीला, समाज-माध्यमांच्या व्यसनाधीनतेतून बाहेर काढणे. 'डिजिटल वेलबीइंग'सारख्या ॲपवर आपला मोबाईल वापर तपासून त्यावर मर्यादा आणणे. जरा जालीम पण एक उपाय असा आहे की, मोबाईल-डेटा कंपन्यांनी ठराविक मर्यादेनंतरच्या डेटा वापरायला अतिशय महाग करून टाकणे, म्हणजे लोक तासंतास रिल्स किंवा व्हिडीओज बघत बसणार नाहीत. इमेल किंवा संदेश बघणे-पाठवणे यांना खूप काही डेटा लागत नसल्याने ती महत्त्वाची कामे पण थांबणार नाहीत. अजून एक उपाय म्हणजे, शाळेतील मुलांना तर डब्बा फोनच द्यायला पाहिजे. सखोल विचारांचे काम करायला, अभ्यासाला सलग व निर्विघ्न वेळेची गरज असते.

मध्यमवर्ग सक्षम करणे. शैक्षणिक सुधारणा प्रभावी करून, पदवीपेक्षा कौशल्यांवर जास्त भर देणे सुरू केले पाहिजे. सुलभ अर्थ पुरवठा करून लघु-मध्यम उद्योगांना जास्त प्रोत्साहन द्यायला हवे, नोकरीच्या मागे लागण्यापेक्षा व्यवसाय उभारण्यास मदत केली पाहिजे. खास करून सरकारी नोकऱ्यांच्या स्पर्धा परीक्षांच्या मागे मर्यादेबाहेर मागे लागून आयुष्याची उमेदीची वर्षे वाया घालवण्यासारखेच आहे, कारण त्यात बहुतांश लोकांना यश मिळणे केवळ दुरापास्त आहे.

भारताच्या एकात्मतेला धक्का देणाऱ्या आणि अंतर्गत गृह-कलह घडवू पाहणाऱ्या सर्व शक्तींना नाकारले पाहिजे, अगदी कुठल्याही विचारधारेच्या असल्या तरी. 'केरोसीन छिडकले आहे', 'रक्ताचे पाट वाहतील', 'हे राज्य जसे जळते आहे तशी इतर राज्ये पण जाळू' ही कसली भाषा? अशा घोषणांना अजिबात समर्थन द्यायला नाही पाहिजे. जे विधायक आणि विकासाचा सक्षम पर्याय समोर ठेवतील त्यांनाच जनतेने पाठिंबा द्यायला पाहिजे नाहीतर आपणच आपल्या पायावर कुऱ्हाड मारून घेतल्यासारखे होईल.

'युद्धस्य कथा' कधीही रम्य नसतात, खासकरून जेव्हा ते आपल्या दारात उभे ठाकलेले असते. आधी उद्धृत केलेले धोके जर आपल्याला कल्पनाविलास वाटत असतील तरी ठीक आहे, पण ते होतील अशी शक्यता विचारात घेऊन सुरक्षेची तयारी तरी करायला काय हरकत आहे?

||अथ 'एआय'नुशासनाम्||

23

एआय शिकण्याचे मार्ग

आजच्या डिजिटल युगात 'कृत्रिम बुद्धिमत्ता' (एआय) हे केवळ तंत्रज्ञांचे क्षेत्र राहिलेले नाही. विद्यार्थी, गृहिणी, नोकरदार, व्यवसायिक आणि ज्येष्ठ नागरिकांसाठी एआय शिकणे ही आजची गरज बनली आहे. प्रत्येक वयोगटासाठी वेगवेगळे मार्ग आहेत.

विद्यार्थ्यांसाठी एआय शिकण्याचे मार्ग

विद्यार्थ्यांनी सुरुवात गणितातील मूलभूत संकल्पनांपासून करावी. बीजगणित, सांख्यिकी आणि 'प्रोबॅबिलिटी' या विषयांवर भक्कम पकड असणे गरजेचे आहे. त्यानंतर 'पायथन प्रोग्रामिंग' भाषा शिकावी कारण ती एआयमध्ये सर्वाधिक वापरली जाते. ऑनलाईन कोर्सेस जसे की 'कोर्सेरा', 'एडेक्स' आणि 'खान अकॅडेमी' वर मोफत कोर्सेस उपलब्ध आहेत. 'युट्युब'वर मराठी आणि हिंदी भाषेतील व्हिडिओ ट्यूटोरियल्स पाहून व्यावहारिक अनुभव मिळवावा. छोटे प्रोजेक्ट्स करून हातावर अनुभव घ्यावा.

गृहिणींसाठी मार्गदर्शन

गृहिणी देखील एआय शिकून आपल्या दैनंदिन जीवनात सुधारणा करू शकतात. घरगुती कामांसाठी 'स्मार्ट ऍप्स' वापरावेत जसे की 'मील प्लॅनिंग', 'बजेट ट्रॅकिंग' आणि 'ऑनलाइन शॉपिंग'. 'व्हॉइस असिस्टंट्स' वापरून रेसिपी, हवामान किंवा बातम्या मिळवाव्यात. मुलांच्या शिक्षणात एआय टूल्स वापरून त्यांना होमवर्कमध्ये मदत करावी. फ्री टाइममध्ये यूट्यूबवर सोप्या मराठी व्हिडिओ पाहून एआयबद्दल जाणून घ्यावे.

नोकरदारांसाठी मार्गदर्शन

काम करत असलेल्या व्यक्तींना वेळेचे व्यवस्थापन करणे महत्त्वाचे आहे. दिवसातून एक तास एआय शिकण्यासाठी राखून ठेवावा. तुमच्या सध्याच्या कामाशी एआय कसे जोडता

येईल याचा विचार करावा. उदाहरणार्थ, मार्केटिंगमध्ये असल्यास 'डेटा अॅनेलेटिक्स' शिकावे, 'एचआर'मध्ये असल्यास 'रिक्रूटमेंट एआय टूल्स' वापरावेत. मायक्रोसॉफ्ट, गूगल आणि आयबीएमसारख्या कंपन्या मोफत 'सर्टिफिकेशन कोर्सेस' देतात. वीकएंड्स मध्ये 'हॅकाथॉन्स' आणि एआय 'मीटअप्स' मध्ये सहभागी व्हावे.

व्यवसायिकांसाठी एआयचे महत्त्व

व्यापाऱ्यांनी एआयचा व्यावसायिक फायदा समजून घ्यावा. ग्राहक सेवा, 'इन्व्हेंटरी मॅनेजमेंट', किंवा 'मार्केटिंग'मध्ये एआय कसे वापरता येईल याचा अभ्यास करावा. चॅटजीपीटी, 'गूगल-बार्ड'सारखी साधने वापरून सुरुवात करावी. 'ई-कॉमर्स प्लॅटफॉर्म'वर 'रेकमेंडेशन सिस्टम्स' कसे काम करतात ते समजावून घ्यावे. 'एडब्ल्यूएस', मायक्रोसॉफ्ट 'अझूर'सारख्या 'क्लाउड-प्लॅटफॉर्म्स'वर एआय सर्व्हिसेस वापरण्याचे प्रशिक्षण घ्यावे.

ज्येष्ठ नागरिकांसाठी सुलभ मार्ग

वयोवृद्धांनी भीती न बाळगता हळूहळू सुरुवात करावी. स्मार्टफोनमधील 'व्हॉइस असिस्टंट्स' जसे की 'गूगल असिस्टंट', 'सिरी' यांचा वापर करून एआयशी परिचय करून घ्यावा. 'यूट्यूब'वर 'एआय फॉर बिगिनर्स' असे सोपे व्हिडिओ पाहावेत. स्थानिक लायब्ररी किंवा सामुदायिक केंद्रांमध्ये एआयवर व्याख्याने आयोजित करावीत. तरुण पिढीकडून मदत घेण्यास संकोच करू नये.

थोडक्यात

एआय शिकणे हे आजच्या काळाची गरज आहे. प्रत्येक वयोगटाने आपल्या क्षमतेनुसार आणि गरजेनुसार सुरुवात करावी. धैर्य, सतत अभ्यास आणि व्यावहारिक अनुभव हीच एआय शिकण्याची गुरुकिल्ली आहे. महत्त्वाचे म्हणजे भविष्यातील तंत्रज्ञानाशी ताळमेळ राखण्यासाठी आजपासूनच तयारी सुरू करावी.

www.ingramcontent.com/pod-product-compliance
Lightning Source LLC
Chambersburg PA
CBHW031324130726

47988CB00007B/2973